இடம் வாங்கப் போகிறீர்களா?

(ஏமாறாமல் இருப்பதற்கான கையேடு)

நா.கோபாலகிருஷ்ணன்

இடம் வாங்கப் போகிறீர்களா?
- நா.கோபாலகிருஷ்ணன் ©

சுவாசம் பதிப்பகம்

Idam Vaanga Pogireergala?
by N.Gopalakrishnan ©

ISBN: 978-81-19550-69-2
Title Number: Swasam 161

First edition: June 2024

Published by:
Swasam Pathippagam,
An imprint of Swasam Publications Private Limited,
52/2, Near B.S Mahal,
Ponmar,
Chennai, Tamil Nadu – 600127
Email: swasam.publications@gmail.com

Printed by: Real Impact Solutions, Chennai – 600 004.

To buy the book: Swasam Bookart - +91-8148066645

Website: https://www.swasambookart.com/

உள்ளே...

1. தோரணவாயில்

சில மாதங்களுக்கு முன்னால், எனது நண்பர் ஒருவரின் தம்பி என்னை அழைத்திருந்தார். அவர் இடம் ஒன்று வாங்கப் போவதாகவும் அவரைக் கொஞ்சம் வழிநடத்த வேண்டும் என்றும் சொன்னார். இருவரும் சந்தித்தோம். அவரிடம் பேசிக் கொண்டிருந்தபோது எனக்குச் சற்று அதிர்ச்சியாகவே இருந்தது. இடம் வாங்க வேண்டுமெனில் பத்திரப்பதிவு அலுவலகத்தில் சென்று பதிந்துகொள்ள வேண்டும் என்பது மட்டும்தான் அவருக்குத் தெரிந்திருந்தது. வேற எந்த விவரமும் தெரியவில்லை. அவர் ஒரு நிறுவனத்தின் உயர்பொறுப்பில் உள்ளவர் என்பது கூடுதல் தகவல். இது அவர் முதன்முதலில் வாங்கப்போகும் சொத்தும் கிடையாது.

“எல்லாவற்றையும் அப்பா பார்த்துக்கொள்வார் அண்ணா. அவர் தவறியபின் அண்ணன் பார்த்துக்கொண்டார். இப்போது அவரால் வரமுடியவில்லை என்பதால் உங்களை அழைத்தேன்” என்றார். “சரி, வாருங்கள் தம்பி” என்று அவரை அழைத்துக்கொண்டு அந்த இடத்தை வாங்கிக்கொடுக்கும் இடைத்தரகரின் அலுவலகம் சென்றோம். செல்வதற்கு முன்பாகவே அந்த இடத்தின் வழிகாட்டி மதிப்பு என்ன, எவ்வளவு செலவு வரும் என எல்லாவற்றையும் கணக்கிட்டு விட்டேன்.

அங்கு சென்ற பின்னர் அந்தத் தரகர் பத்திரப்பதிவிற்கு மட்டும் கேட்ட தொகை உண்மையான செலவினைவிட இரண்டு மடங்கு அதிகமாக இருந்தது. இதைவிட பெரிய விஷயம், அந்த இடத்தின் மூலப் பத்திரங்களில் ஒன்று காணாமல் போயிருந்தது. அதனைப் பற்றி அவர் எதுவுமே சொல்லவில்லை. கடைசியாகப் பதிந்த அசல் பத்திரம் (விற்பவரின் பத்திரம்) மட்டுமே இருந்தது. பின்னர் விசாரித்தபோது அந்த இடத்தில் வில்லங்கம் இருப்பதும் நீதிமன்றத்தில் ஒரு வழக்கு இருப்பதும் தெரியவந்தது.

“என்ன தம்பி இப்படி?” என்றேன். “ஸாரிண்ணா. இதெல்லாம் எனக்குத் தெரியாது” என்றான்.

“எனக்கு எதுக்கு தம்பி ஸாரி? நீங்கள் கஷ்டப்பட்டுச் சம்பாதித்த பணம் இல்லையா? இதெல்லாம் தெரிந்து கொள்ளுங்கள்” என்று சொல்லிவிட்டு வந்தேன்.

அந்நிகழ்ச்சியின் தொடர்ச்சியாய், சில நண்பர்களிடம் பேசிக்கொண்டிருந்த வேளையில் அவர்களுக்கும் இடம் வாங்கும்போது பார்க்கவேண்டிய சில முக்கிய விஷயங்கள் தெரியவில்லை. பெரும்பாலும் யாராவது கன்சல்டன்ட் அல்லது வழக்கறிஞர்களையே அவர்கள் தொடர்பு கொள்கின்றனர் எனத் தெரிந்தபோது கொஞ்சம் வருத்தமாகவே இருந்தது. அதன் விளைவுதான் இந்தப் புத்தகம்.

வெவ்வேறு துறைகளில் இருக்கும் மனிதர்கள் அவரவர் சார்ந்த துறையில் அறிவும் விழிப்புணர்வும் கொண்டிருப்பதும் அடுத்த துறையில் கொஞ்சம் குறைவான விஷயங்களையே தெரிந்து வைத்திருப்பதும் இயல்புதான் என்றாலும், நிலம் என்பது நமது முதலீடு, நமது உழைப்பு என்பதால், ரியல் எஸ்டேட் துறை சார்ந்த அடிப்படை அறிவையாவது பெற்றிருப்பது மிக அவசியம்.

எனது ஆரம்ப காலங்களில் இந்தத் துறை குறித்த அடிப்படைகள் எதுவும் தெரியாத நிலையில், ஒன்றன்பின் ஒன்றான பல அனுபவங்களின் வாயிலாகவே நிறையக் கற்றுக்கொண்டேன். அதன் அடிப்படையில்தான் நிலம் என்பதன் தொடர்பாக, சாதாரணமாக ஒரு பொதுமனிதன் தெரிந்து கொள்ளவேண்டிய விஷயங்களை இந்தப் புத்தகத்தில் எல்லோருக்கும் புரியும் வகையில் எளிய மொழியில் விளக்கியுள்ளேன். இதில் உள்ள சில விவரங்கள் உங்களுக்கு ஏற்கெனவே தெரிந்திருக்கலாம். சில விவரங்கள் தெரியாமல் இருக்கலாம். தெரிந்த விவரங்களை இன்னும்

தெளிவாக்கிக் கொள்ளுங்கள். தெரியாத விவரங்களைக் கற்றுக் கொள்ளுங்கள்.

முடிந்த வரை எவ்வளவு விவரங்களைச் சேகரித்துக் கொடுக்க முடியுமோ அவற்றைச் சேகரித்துக் கொடுத்துள்ளேன். முதன்முறையாக வாசிக்கும்போது சில விவரங்கள் இப்போதைக்கு அவசியம் இல்லை என்று தோன்றலாம். ஆனால் இந்தப் புத்தகம், ஒரு கையேட்டைப்போல் எப்போதும் உங்களுக்குப் பயன் தரவேண்டும் என்ற நோக்கத்தில்தான் இயன்றவரை அனைத்து அடிப்படை விவரங்களையும் இணைத்துள்ளேன்.

அறிந்துகொண்டு பயனடையலாம், வாருங்கள்.

2. நில அளவுகள்

இந்த அத்தியாயம் அளவைகள் குறித்துப் பேசுவதால், முதன்முறையாக வாசிக்கும் வேளையில் சிறிது குழப்பம் வரலாம். கவலையின்றி அடுத்தடுத்த அத்தியாயங்களுக்கு நகருங்கள். நடைமுறையில் கொஞ்சம் கொஞ்சமாக இந்த அளவைகள் உங்களுக்குப் புரிந்துவிடும். மேலும் வெவ்வேறு அளவைகளுக்கிடையே உள்ள இணைப்புகளை (Conversion Factor), இந்த அத்தியாயத்தில் அட்டவணையாகக் கொடுத்துள்ளேன். எனவே எப்போது வேண்டுமானாலும், எந்த அளவையும் உங்களுக்குத் தெரிந்த அளவாக மாற்றிக் கொள்ளலாம்.

நிலத்தைப் பற்றி அறிந்துகொள்ள, முதலில் நாம் தெரிந்துகொள்ள வேண்டிய விஷயம் நில அளவைகள் பற்றித்தான்.

அளவைகள் என்றவுடன் நமது பள்ளிப்பாடத்தில் இயற்பியலில் படித்த சென்டிமீட்டரும் மில்லிமீட்டரும்தான் நமக்கு உடனடியாக நினைவுக்கு வரும். ஆனால் நம் நாட்டை, இன்னும் குறிப்பிட்டுச் சொல்லவேண்டுமெனில் தமிழ்நாட்டைப் பொறுத்தவரை, வெவ்வேறு விதமான அளவைகள் நடைமுறையில் உள்ளன.

ஒருமுறை சிவகாசிக்குச் சென்றிருந்தபோது நண்பர் ஒருவர் தனது இடம் 144 குழி இருக்கின்றது என்று சொன்னபோது எனக்குப் புரியவே இல்லை. திரும்பச் சொல்லுங்கள் என்று கேட்டேன். அப்புறம்தான் அவர் விவரித்தார். 3 அடிக்கு 3 அடி உள்ள இடம் ஒரு குழி, 48 குழிகள் சேர்ந்தது ஒரு செண்ட் ஆகும். (அடிக் கணக்குத் தெரியாதவர்களும், செண்ட் கணக்குத் தெரியாதவர்களும், இனி வரப்போகும் ஏர், ஹெக்டேர் கணக்குத் தெரியாதவர்களும் புதுப்புது வார்த்தைகளைக் கண்டு பயப்பட வேண்டாம். ஒன்றன்பின் ஒன்றாய்க் கற்றுக்கொள்ளலாம்.)

சென்னைப்பக்கம் நிலத்தின் பரப்பைக் குறிக்க கிரவுண்ட் என்ற சொல்லைப் பயன்படுத்துவார்கள். 1 கிரவுண்ட் என்பது 2400 சதுர அடி (அல்லது 5.50 செண்ட் ஆகும்). ஆரம்பத்தில் சொன்னதுபோல விருதுநகர், சிவகாசிப் பக்கம் குழி என்று சொல்வார்கள் (48 குழி ஒரு செண்ட் என்பது அவர்கள் கணக்கு.) தஞ்சாவூர் கும்பகோணம் பக்கம் 3 குழி (144 சதுரஅடி) ஒரு செண்ட் என்பார்கள். இப்படி ஒவ்வொரு வட்டாரத்திலும் அந்தந்த வட்டாரங்களில் வழங்கப்படும் அளவைகள் சொல்லப்பட்டாலும் பொதுவாகச் சில அளவைகள் மட்டும்தான் ஆவணத்தில் குறிக்கப்படும். அதேபோல சில அளவைகளை மட்டுமே பெரும்பாலும் உபயோகிப்பார்கள்.

நமது நடைமுறையில் நீளத்தை அளக்க ‘அடி’ [1 அடி = 12 அங்குலம் (இன்ச்)] என்ற அளவைப் பெரும்பான்மையாகப் பயன்படுத்துகின்றனர். அதேபோல பரப்பைக் குறிக்க சதுர அடி (1 அடி X 1 அடி) என்ற அளவையும், கொஞ்சம் பெரிய பரப்பைக் குறிக்க செண்ட் (1 செண்ட் – 435.6 சதுர அடி) என்ற அளவையும், இன்னும் கொஞ்சம் பெரிய பரப்பைக் குறிக்க ஏக்கர் (1 ஏக்கர் – 100 செண்ட்) என்ற அளவையும் பெரும்பான்மையானோர் பயன்படுத்துகின்றனர். பத்திரப்பதிவு ஆவணங்களில் இதுபோன்றே சதுரஅடி / செண்ட் / ஏக்கர் போன்றவை பயன்படுத்தப்படுகின்றன.

அதேசமயம் பட்டா போன்ற வருவாய்த்துறை ஆவணங்களில் ஏர் மற்றும் ஹெக்டேர் போன்ற அளவைகள் பயன்படுத்தப்படுகின்றன. 1 ஏர் என்பது 2.47 செண்ட் ஆகும். 1 ஹெக்டேர் என்பது 100 ஏர் ஆகும்.

0.05.20 என பட்டாவில் பரப்பு குறிக்கப்பட்டிருந்தால் அது 5.20 ஏர் எனப் புரிந்து கொள்ளுங்கள்.

(0.05.20 ஹெக்டேர் = 5.20 ஏர் = 12.84 செண்ட் = 5593.10 சதுர அடி = 520 சதுரமீட்டர்)

அதே நேரங்களில், நில வரைபட ஆவணங்களில் (எஃப்.எம்.பி.) மீட்டர் அளவுகளைப் பயன்படுத்துவார்கள்.

இப்படி விதவிதமான அளவு முறைகள் இருப்பினும், நீளத்தை அளக்க அடி மற்றும் இன்ச், பரப்பளவைக் குறிக்க சதுர அடி அல்லது செண்ட் அல்லது ஏக்கர் போன்றவையே அதிகமாகப் பயன்படுத்தப்படுகின்றன. எனவே இப்போதைக்கு இதை மட்டும் நினைவில் இருத்திக்கொள்ளுங்கள்

பின்வரும் அட்டவணைகளில் வெவ்வேறு அளவைகளுக்கிடையே உள்ள தொடர்பு விளக்கப்பட்டுள்ளது.

நீள அளவைகள்

அடிக் கணக்கு	
1 அங்குலம் (இன்ச்)	2.54 செ.மீ.
12 அங்குலம்	1 அடி
1 அடி	0.3048 மீட்டர்
1 அடி	30.48 செ.மீ.
3.281 அடி	1 மீட்டர்
3 அடி	1 கெஜம்
66 அடி	1 செயின்
66 அடி	100 லிங்க்
660 அடி	1 ஃபர்லாங்
5281 அடி	1 மைல்
3281 அடி	1 கி.மீ.
33 அடி	1 குந்தா
0.66 அடி	1 லிங்க்
7.92 அங்குலம்	1 லிங்க்
மீட்டர் கணக்கு	
1 மீட்டர்	3.281 அடி
1000 மீட்டர்	1 கிலோமீட்டர்
20 மீட்டர்	1 செயின்

0.2 மீட்டர்	1 லிங்க்
200 மீட்டர்	1 ஃபிர்லாங்
1610 மீட்டர்	1 மைல்
0.9144 மீட்டர்	1 கெஜம்
1 மீட்டர்	1.0936 கெஜம்
1 மீட்டர்	39.37 இன்ச்
0.3048 மீட்டர்	1 அடி

பரப்பளவு அளவைகள்

சென்ட் கணக்கு	
1 சென்ட்	435.60 சதுர அடி
1 சென்ட்	40.50 சதுர மீட்டர்
1 சென்ட்	3.025 குழி
100 சென்ட்	1 ஏக்கர்
5.5 சென்ட்	1 மனை / 1 கிரவுண்ட்
2.47 சென்ட்	1 ஏர்
132.23 சென்ட்	1 காணி
56 சென்ட்	1 குறுக்கம்
661.15 சென்ட்	1 வேலி
144 சதுர அடி	1குழி
1076 சதுர அடி	1 ஏர்
1 சதுர மீட்டர்	10.7639 சதுர அடி
0.0929 சதுர மீட்டர்	1 சதுர அடி
100 சதுர மீட்டர்	1 ஏர்
10000 சதுர மீட்டர்	1 ஹெக்டேர்
100 ஏர்	1 ஹெக்டேர்
ஏர் கணக்கு	
100 சதுர மீட்டர்	1 ஏர்
10000 சதுர மீட்டர்	1 ஹெக்டேர்
100 ஏர்	1 ஹெக்டேர்

1 ஹெக்டேர்	107600 சதுர அடி
1 ஹெக்டேர்	2 ஏக்கர் 47 சென்ட்
0.4048 ஹெக்டேர்	1 ஏக்கர்
1 ஹெக்டேர்	747.20 குழிகள்
1 ஹெக்டேர்	7.47 மா
1 ஹெக்டேர்	1.86 காணி
2.67 ஹெக்டேர்	1 வேலி
1 ஹெக்டேர்	4.41 குறுக்கம்
1 ஹெக்டேர்	45 கிரவுண்ட்
குழிக் கணக்கு	
1 குழி	144 சதுர அடி
100 குழி	1 மா
400 குழி	1 காணி
3.025 குழி	1 சென்ட்
16.67 குழி	1 கிரவுண்ட் / 1 மனை
302.5 குழி	1 ஏக்கர்
7.5 குழி	1 ஏர்
747.5 குழி	1 ஹெக்டேர்
2000 குழி	1 வேலி
1 குழி	13.38 சதுர மீட்டர்
1 குழி	20736 சதுர அங்குலம்
600 குழி	1 செய்
169.5 குழி	1 குறுக்கம்
மனை / கிரவுண்ட் கணக்கு	
1 மனை / கிரவுண்ட்	2400 சதுர அடி
முக்கால் மனை	1800 சதுர அடி
அரை மனை	1200 சதுர அடி
கால் மனை	600 சதுர அடி
1 மனை	5.5 சென்ட்
1 மனை	2.23 ஏர்

1 மனை	16.7 குழி
6 மனை	1 மா
24 மனை	1 காணி
116.6 மனை	1 வேலி
10.16 மனை	1 குறுக்கம்
18.15 மனை	1 ஏக்கர்

- கெஜம், லிங்க், ஃபர்லாங் போன்ற நீளத்தை அளக்கும் அளவைகளும், குழி, மா, காணி, வேலி போன்ற பரப்பை அளக்கும் அளவைகளும் இப்போது புழக்கத்தில் இல்லை. ஆனாலும் பழைய காலப் பத்திரங்களில் இந்த அளவைகள் காணப்படலாம். (காணி நிலம் வேண்டும் என்ற பாரதியின் பாடல் நினைவுக்கு வருகிறதா?)
- குறுக்கம் என்ற அளவையும் பெரும்பான்மை பயன்பாட்டில் இல்லை. ராமநாதபுரம் மாவட்டத்தின் ஒரு சில பகுதிகளில் இது பயன்படுத்தப்பட்டாலும், பத்திரங்களில் இப்போது பயன்படுத்தப்படுவதில்லை.
- மிகப் பழைமையான பத்திரங்களில் பரவலாகக் காணப்படும் நீளத்தை அளக்கும் ஓர் அளவு 'கை முழம்.' 1 கை முழம் என்பது 1.53 அடிக்குச் சமமாகும்.
- 2 சாண் சேர்ந்தது 1 கைமுழம். 4 முழங்கள் சேர்ந்தது 1 பாகம். 6,000 பாகம் சேர்ந்தது 1 காதம். 4 காதம் சேர்ந்தது 1 யோசனை. (சரித்திர நாவல்களில் காதம், யோசனை போன்ற அளவைகளை நீங்கள் கேள்விப்பட்டிருக்கலாம்.)
- திருநெல்வேலி பக்கம் உள்ள பழைய ஆவணங்களில் தச்சு முழம் என்ற அளவைக் காணலாம். ஒரு தச்சு முழம் என்பது 2.75 அடிக்கு (2 அடி 9 அங்குலம்) சமமானது.
- மிகமிகச் சில பழைமையான ஆவணங்களில் 'வீசம்', 'வள்ளம்' என்ற அளவைகளைக் காணலாம். 1 வீசம் என்பது 4.5 சென்ட்க்குச் சமம். 1 வள்ளம் என்பது 865 சென்ட் அல்லது 8.65 ஏக்கருக்குச் சமம்.
- பழைய கிராமக் கணக்குகளில் டவுன்சிப் என்ற அளவைப் பார்க்க நேரலாம். 1 டவுன்சிப் என்பது 36 சதுர மைல் ஆகும். 1 சதுர மைல் என்பது 640 ஏக்கருக்குச் சமம்.

அட்டவணைகளில் உள்ள நிறைய அளவைகள் உங்களுக்கு எப்போதாவது தேவைப்படலாம். பின்னால் வரும் அட்டவணை நீங்கள் அடிக்கடி பயன்படுத்தப்போகும் அளவைகளுக்கான தயார் கையேடு. முடிந்தால் இதனை மட்டும் நினைவில் ஏற்றிக்கொள்ளுங்கள்.

1 அடி	12 அங்குலம் / இன்ச்
¾ அடி	9 இன்ச்
½ அடி	6 இன்ச்
¼ அடி	3 இன்ச்
1 அடி	0.3 மீட்டர்
1 மீட்டர்	3.28 அடி
1 சதுர அடி	0.093 சதுர மீட்டர்
1 சதுர மீட்டர்	10.76 சதுர அடி
1 சென்ட்	435.6 சதுர அடி
100 சென்ட்	1 ஏக்கர்
1 ஏர்	2.47 சென்ட்
100 ஏர்	1 ஹெக்டேர்
1 லிங்க்	0.66 அடி
1 முழம்	1.53 அடி

3. சர்வே எண்

நிலம் பற்றிய மற்ற எல்லா விஷயங்களையும் பேசுமுன்னர், நாம் அறிந்துகொள்ள வேண்டிய மற்றொரு முக்கியமான ஒன்று 'சர்வே எண்'. தமிழில் அதனைப் புல எண் என்பார்கள். நமது வசதிக்காக சர்வே எண் என்ற சொல்லையே பயன்படுத்துவோம். அது என்ன சர்வே எண்?

ஒரு குழந்தை பிறந்தவுடன் அதற்கு ஏன் ஒரு பெயரை இடுகிறோம்? அந்தக் குழந்தையை அழைப்பதற்காக. அதற்கு ஒரு தனியான அடையாளம் கொடுப்பதற்காக. அதேபோல நாம் ஒரு வாகனம் வாங்கியவுடன் என்ன செய்கிறோம்? அதனை முறையாக வட்டாரப் போக்குவரத்து அலுவலகத்தில் பதிந்து ஒரு பதிவு எண்ணை வாங்குகிறோம் அல்லவா? அது எதற்காக? வாகனத்தை அடையாளம் காணவும், அந்த வாகனங்களை முறைப்படுத்தவும் நாம் அதனைச் செய்கிறோம். அதுபோலத்தான் நமக்குச் சொந்தமான நிலத்தைக் குறிப்பிட்டுக் காண்பிப்பதற்காகப் பயன்படுத்தப்படும் எண்தான் சர்வே எண்.

சரி, இதனை யார் தருவார்?

அதனைப் பற்றிப் பார்ப்பதற்கு முன்னதாக நம் வரலாற்றுப் பக்கங்களில் வேகமாய் ஒரு சிறு பார்வை பார்ப்போம், வாருங்கள். நமது வரலாற்றின்படி முதன்முதலாக சோழர்களின் காலத்தில்தான் (குறிப்பாக ராஜராஜசோழன் காலத்தில் என்று சொல்லலாம்) நிலங்களை அளந்து முறைப்படுத்தி வரி வசூல் செய்யப்பட்டது, அதன் பின்னே முகலாயர்கள் காலத்தில் செய்யப்பட்டுள்ளது.

பின்னர் 1802ம் ஆண்டு ஆங்கிலேயர்கள் ஆட்சிக்காலத்தில் முறையான சர்வே செய்யும் பணி ஆரம்பிக்கப்பட்டது.

அது என்ன சர்வே பணி?

ஒரு கிராமத்தை எடுத்துக்கொள்வோம். முதலில் அந்தக் கிராமத்தின் எல்லைகள் முறையாக வரையறுக்கப்பட வேண்டும். அது வரைபடமாக வரையப்படும். பின்னர் அந்தக் கிராமத்திற்கு உள்ளே உள்ள நிலமானது யாருக்குச் சொந்தமோ (அரசுக்கு அல்லது தனிநபர்களுக்கு) அதற்கு ஏற்றாற்போலப் பிரிக்கப்படவேண்டும். அப்படிப் பிரிக்கப்பட்ட நிலத்துண்டுகளுக்கு ஓர் எண் கொடுக்கப்படும். அதுதான் சர்வே எண். இப்படித்தான் முதன்முதலில் நிலங்கள் சர்வே செய்யப்பட்டுப் பிரிக்கப்பட்டிருக்கும்.

புரியவில்லையா? இன்னும் விளக்கமாக ஓர் உதாரணத்தைப் பார்ப்போம்.

மாங்குடி என்றொரு கற்பனைக் கிராமத்தை எடுத்துக் கொள்வோம். இந்தக் கிராமத்தின் மொத்த நிலப்பரப்பு 100 ஏக்கர். இதில் 60 ஏக்கர் அரசு நிலமாகவும், 40 ஏக்கர் தனியார் நிலமாகவும் உள்ளது. 60 ஏக்கர் அரசு நிலத்தில் 40 ஏக்கர் புறம்போக்காகவும் 20 ஏக்கர் ஊர்மானிய நிலமாகவும் உள்ளது.

(நில வகையைப் பற்றி பின்னால் பார்க்கலாம்.)

40 ஏக்கர் தனியார் நிலத்தில், 10 ஏக்கர் பொன்னன் என்பவருக்கும் 5 ஏக்கர் கந்தன் என்பவருக்கும் 5 ஏக்கர் முகிலன் என்பவருக்கும் 20 ஏக்கர் ராமன் என்பவருக்கும் சொந்தமாக உள்ளது.

முதன்முதலில் இந்த நிலங்களை சர்வே செய்து எண்ணிடும்போது கீழ்க்கண்டவாறு குறிப்பிடப்பட்டிருக்கும்.

சர்வே எண் 1 – புறம்போக்கு நிலம்
சர்வே எண் 2 – ஊர்மானிய நிலம்
சர்வே எண் 3 – பொன்னன் நிலம்
சர்வே எண் 4 – கந்தன் நிலம்
சர்வே எண் 5 – ராமன் நிலம்
சர்வே எண் 6 – முகிலன் நிலம்

கீழே கொடுக்கப்பட்டுள்ள கற்பனை வரைபடத்தையும் பார்த்துக் கொள்ளுங்கள்.

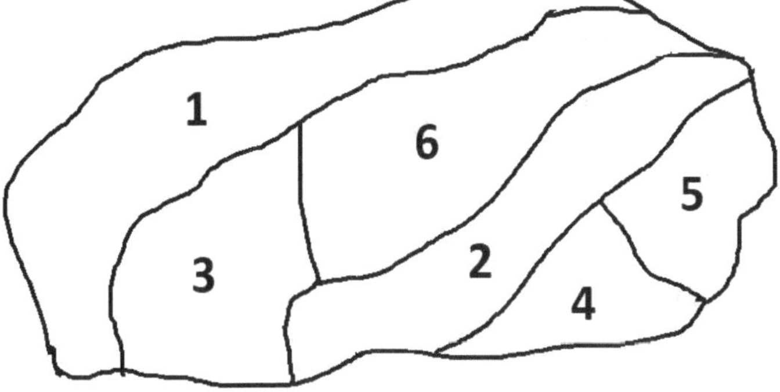

சில வருடங்கள் கடந்தபின், அரசாங்கம், புறம்போக்கு நிலத்திலிருந்து 1 ஏக்கர் நிலத்தை ஏழைகளுக்கு பட்டாவாகக் கொடுக்க அதனை நத்தம் (குடியிருப்பு) நிலமாக மாற்றுகிறது. எனவே இந்த நிலத்திலிருந்து 1 ஏக்கர் நிலம் தனியாகப் பிரிக்கப்படுகிறது. இதற்கு 1/1 என சர்வே எண் கொடுக்கப்படும்.

பின்னர் முகிலனிடமிருந்து 10 ஏக்கர் நிலத்தை முகமது என்பவர் வாங்குகின்றார். எனவே இந்த 10 ஏக்கர் நிலத்தை அளந்து அதற்கு 6/1 என எண் தருவார்கள்.

இப்போது வரைபடம் கீழ்க்கண்டவாறு இருக்கும்.

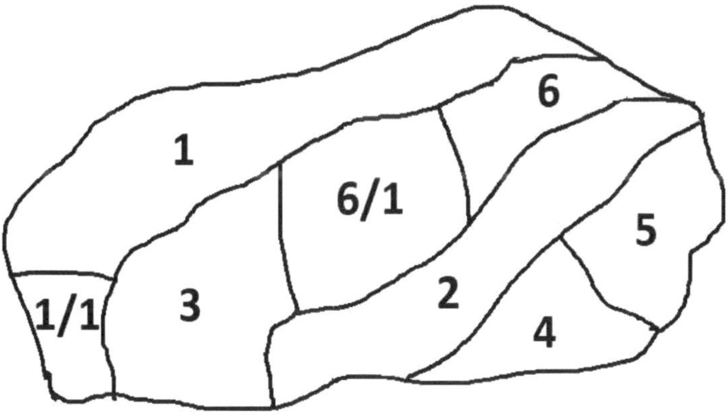

சில காலம் கழிந்தபின்னே முகமது தனது 6/1 என்ற சர்வே எண் உள்ள நிலத்தைத் தன் மகன்கள் அகமதுவுக்கும் காஜாவுக்கும் தலா 5 ஏக்கர் சரிசமமாகப் பிரித்துக் கொடுக்கின்றார். இப்போது அகமதுவின் 5 ஏக்கர் 6/1A எனவும் காஜாவின் 5 ஏக்கர் 6/1B எனவும் குறிப்பிடப்படும்.

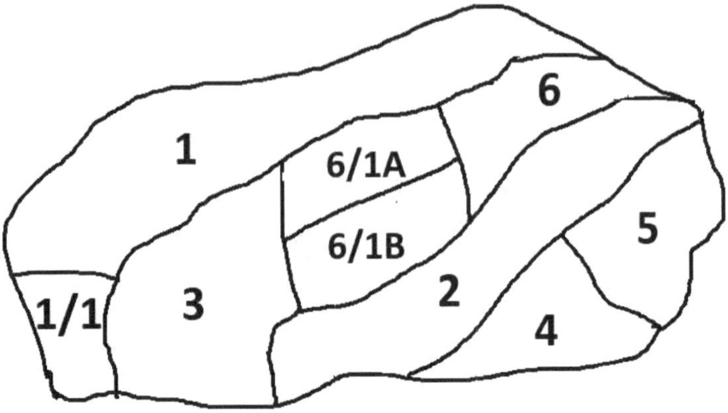

6/1A என்ற சர்வே எண் மேலும் பிரிக்கப்படும்போது அது 6/1A1 என்று குறிப்பிடப்படும். அந்த எண் மேலும் மேலும் பிரிக்கப்படும்போது *6/2* என்று மாற்றப்படுவதும் உண்டு. (அதாவது – *6* – *6/1* — *6/1*A —*6/1*A*1*— *6/1*A*1*A – *6/1*A*1*A*1* இப்படிப் போய்க்கொண்டிருக்கும் வரிசையைச் சுலபமாக்க *6/2* என மாற்றுவார்கள். இவ்வளவுதான் விஷயம். இப்படித்தான் ஒவ்வொரு நிலத்துண்டிற்கும் சர்வே எண் வழங்கப்பட்டுள்ளது.

நத்தம் சர்வே எண், ரீ சர்வே எண், யு.டி.ஆர். சர்வே எண் என்று பலவகையான சர்வே எண்களைப் பற்றி நீங்கள் கேட்டிருக்கலாம். சர்வே எண்ணின் வகைகளைப் பற்றி பின்னால் வரும் அத்தியாயங்களில் விரிவாகப் பார்க்கலாம்.

4. நிலம் சார்ந்த ஆவணங்கள்

ஒரு நிலத்தை நாம் வாங்கும்போது இரண்டு வகையான ஆவணங்களை நமது பெயரில் மாற்ற வேண்டும்.

1. பத்திரப்பதிவுத்துறை ஆவணம் (Registration Department)
2. வருவாய்த்துறை ஆவணம் (Revenue Department)

உங்களுக்குக் குழப்பம் வரலாம். எதற்காக இந்த இரண்டு நடைமுறைகள்?

நாம் வரலாற்றில் மீண்டும் பின்னோக்கிப் போகலாம். ஆரம்பத்தில் இந்த நிலமெல்லாம் யாருக்குச் சொந்தமாகியிருக்கும்? அங்கு அமைக்கப்பட்டிருந்த அரசுக்குத்தானே? பின்னர் அந்த நிலம் விவசாயம் செய்வதற்கும், வீடு கட்டிக் கொள்வதற்கும் மக்களுக்கு வழங்கப்பட்டிருக்கும் அல்லவா?

முதலில் நிலமானது விவசாய நிலம், குடியிருப்பு நிலம், நீர்நிலைகள் இன்னும் இன்னுமெனப் பல வகைகளில் பிரிக்கப்பட்டிருக்கலாம். பின்னர் குறிப்பிட்ட நிலங்களைக் குறிப்பிட்ட மனிதர்களுக்கு அரசு வழங்கியிருக்கும். அப்படி வழங்கும்போது அந்த நிலத்தின் உரிமையாளர், அரசாங்கம் என்பதிலிருந்து அந்தத் தனி மனிதர் பெயருக்கு மாற்றப்பட்டு அது வருவாய் ஏடுகளில் பதியப்பட்டிருக்கும். (அப்போது விவசாய மற்றும் நில வரிதான் அரசின் முக்கிய வருமானம்.)

பின்னர் தனிமனிதர்களுக்கிடையே நிலப்பரிமாற்றம் தொடங்கியபோது அவர்களின் பரிவர்த்தனைகளைப் பதிவு செய்யும் நோக்கில் பதிவுத்துறை தொடங்கப்பட்டிருக்கும். ஆகையினால் நம் பரிவர்த்தனைகளின் சாட்சியாகப் பதிவுத் துறையிலும், உரிமைச்சான்றாக வருவாய்த்துறையிலும் நம் பெயரை மாற்றம் செய்து கொள்கிறோம். சரி, பத்திரம் பதிந்து பட்டாவை மாற்றாவிட்டால் என்ன நிகழும்?

இங்கு ஒரு விஷயத்தை நீங்கள் பார்க்கவேண்டும். நீங்கள் எதற்காக அந்த நிலத்தை வாங்குகின்றீர்கள் எனச் சார்பதிவாளருக்குத் தெரியாது. நீங்கள் பதியும் பத்திரத்தின் உண்மைத்தன்மை, நிலமதிப்பு மற்றும் முத்திரைத்தாள் கட்டணம் போன்றவற்றை மட்டும்தான் அவர் சரிபார்ப்பார்.

நீங்கள் வாங்கிய நிலம் விவசாய நிலமாக (அல்லது சிலசமயங்களில் புறம்போக்காக இருக்கவும் வாய்ப்புண்டு) இருப்பின், நீங்கள் வீடு கட்டும் வேளையில் அனுமதி மறுக்கப்படலாம். ஒருவேளை புறம்போக்கு நிலமாக இருக்கும்பட்சத்தில் உங்கள் உரிமையே பறிபோகலாம். அதே போல அந்த இடம் கிராமக் கணக்கில் கோவில் மானிய நிலமாக இருப்பின், பின்னால் அந்த இடம் அறநிலையத்துறையினரால் கையகப்படுத்தப்படலாம்.

இப்பொழுது புரிகிறதா, பட்டாவின் அவசியம்?

இனி இருவகையான ஆவணங்கள் குறித்தும் விரிவாகப் பார்க்கலாம்.

5. பத்திரப் பதிவுத்துறை ஆவணங்கள்

பதிவுத்துறை – அறிமுகம்

பத்திரப் பதிவுத்துறை என்பது நாட்டின் மிக முக்கியத் துறைகளில் ஒன்று. அரசுக்கு வருமானம் ஈட்டித் தருகிற துறைகளில் மிக முக்கிய இடத்தில் உள்ளது. நீங்கள் ஏதேனும் சொத்து வாங்கினால், சார்பதிவாளர் (Sub-registrer office) அலுவலகத்திற்குச் சென்று உங்கள் பெயரில் பதிவு செய்தல் வேண்டும். இப்படி எல்லாவிதமான சொத்துப் பரிமாற்றங்களும் பதிவு செய்யப்படும் இடம் இத்துறை.

பத்திரப் பதிவுத்துறை 1864ம் ஆண்டிலேயே உருவாக்கப்பட்டுள்ளது. சொத்து குறித்த ஆவணங்கள் மட்டுமன்றி, பிறப்பு, இறப்பு, திருமணம் போன்ற தனிமனித நிகழ்வுகள், சங்கம், சீட்டு போன்ற அமைப்புகளைப் பதிவுசெய்யவும் இத்துறை செயல்படுகிறது.

தமிழகத்தில் உள்ள பதிவுத்துறை சென்னை, கோயம்புத்தூர், கடலூர், மதுரை, சேலம், தஞ்சாவூர், திருநெல்வேலி, திருச்சிராப்பள்ளி, வேலூர் என ஒன்பது துணைப்பதிவு மண்டலங்களாகப் பிரிக்கப்பட்டுள்ளது. இந்த ஒன்பது மண்டலங்களுக்குக் கீழுள்ள பகுதிகள் 50 பதிவு மாவட்டங்களாகப் பிரிக்கப்பட்டுள்ளன. இந்த 50 பதிவு மாவட்டங்களின் கட்டுப்பாட்டில் அதன் கீழே துணைப்பதிவு அலுவலகங்கள் செயல்படுகின்றன. ஜனவரி 2024 கணக்கின்படி தமிழகத்தில் 575 சார்பதிவாளர் அலுவலகங்கள் செயல்படுகின்றன.

ஒரு சொத்தைப் பதிவுசெய்ய வேண்டும் எனில் அந்தச் சொத்து அமைந்திருக்கும் கிராமம் எந்தச் சார்பதிவாளர் அலுவலகத்தின்கீழ் வருகிறதோ, அந்த அலுவலகத்தில்தான் பதிவுசெய்ய வேண்டும். குறிப்பிட்ட கிராமத்திற்கான சார்பதிவாளர் அலுவலகம் எது என்பதனை பதிவுத்துறை இணையத்தளத்திலேயே தேடி அறிந்துகொள்ளும் வசதியும் இருக்கிறது.

பத்திரங்கள் – அறிமுகம்

சிலருக்கு ஒரு பத்திரம் என்றால் என்ன? அதனை எப்படி வாசிப்பது போன்ற குழப்பங்கள் இருக்கும். அதனையும் முழுமையாகத் தெரிந்துகொள்வது அவசியம். ஒரு சொத்தைப் பதிவுசெய்ய வேண்டும் என்றால், முதலில் அந்தச் சொத்துக்கான அரசு வழிகாட்டி மதிப்பு எவ்வளவு என்று தெரிந்து கொள்ளவேண்டும். அதன் பின்னர் அந்த மதிப்பிற்கேற்ற முத்திரைத்தாள்களை வாங்கி அதில் அந்த சொத்தைப் பற்றிய விவரங்களைக் குறிப்பிட்டால்தான், சார்பதிவு அலுவலகத்தில் பதிவுசெய்ய இயலும். முத்திரைத் தாள்களை அரசு அங்கீகாரம் பெற்ற முகவர்களிடம் இருந்து வாங்க முடியும். ரூபாய் 20 முதல் வெவ்வேறு விதமான மதிப்புகளில் முத்திரைத் தாள்கள் கிடைக்கும்.

ஒரு பத்திரத்தின் முதல் பக்கத்தில் அந்தப் பத்திரம் என்ன வகையான பத்திரம் (கிரையம் / தானம் / பாகவிஸ்தி) என்று தலைப்பைப் போலக் குறிப்பிடப்பட்டிருக்கும். அதன்கீழே பத்திரம் ஆரம்பிக்கப்படும்போது அது எந்தத் தேதியில் எழுதப்படுகிறது என்பது முதல் வரியாக எழுதப்படும் அதன் பின்னர், எழுதிக் கொடுப்பவர்களின் பெயர் மற்றும் முகவரி, எழுதி வாங்குபவர்களின் பெயர் மற்றும் முகவரி போன்றவை இருக்கும். (இப்போதைய பத்திரங்களில் அவர்களின் அடையாள அட்டை எண் மற்றும் கைபேசி எண்களும் குறிக்கப்படுகின்றன.) அதனைத் தொடர்ந்து, எழுதிக் கொடுப்பவர்களுக்கு அந்தச் சொத்தானது எப்படி வந்தது என்ற விவரங்கள் இருக்கும். (பூர்வீக பாத்தியம் அல்லது அதற்கு முன்னர் நிகழ்ந்த பத்திரப்பதிவு எண்கள் போன்றவை.)

பழைய காலப் பத்திரங்களில் முதல் பக்கத்தின் பின்னால் உள்ள பக்கத்தில் பத்திரப் பதிவு எண் குறிக்கப்பட்டிருக்கும். இப்போதைய பத்திரங்களில் முதல் பக்கத்திலேயே பேனாவில் எழுதிவிடுகிறார்கள். தற்போது பதிவுகள் அனைத்தும் கணினி

மயமாகிவிட்டதால், பத்திரங்களின் கடைசிப் பக்கத்தில் பத்திர எண் விவரம் அச்சடிக்கப்பட்டு இருக்கும். பதிவு எண் என்பது அந்த வருடத்தில் அந்தப் பதிவு அலுவலகத்தில் பதியப்பெற்ற பத்திரங்களின் வரிசை எண் ஆகும். இது பொதுவாக, வரிசை எண் / பதியப்பட்ட ஆண்டு என்ற

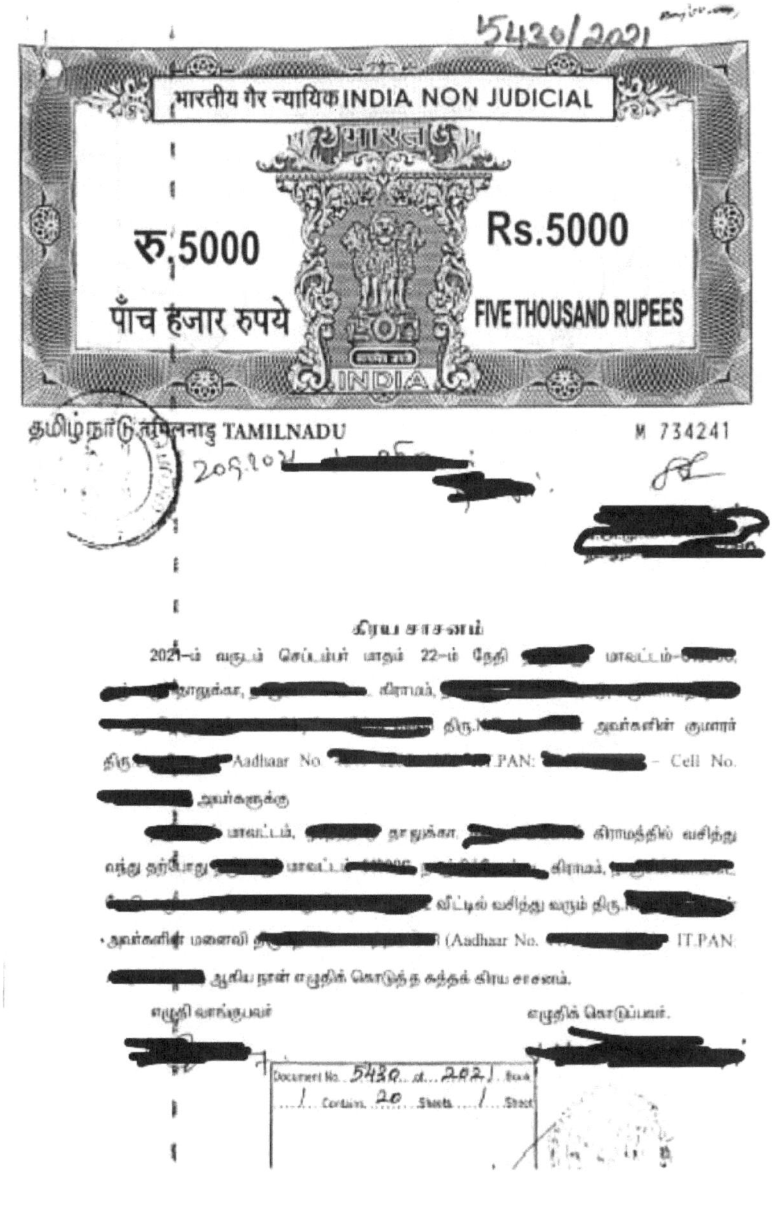

5430/2021

भारतीय गैर न्यायिक INDIA NON JUDICIAL

रु.5000 Rs.5000

पाँच हजार रुपये FIVE THOUSAND RUPEES

INDIA

தமிழ்நாடு तमिलनाडु TAMILNADU M 734241

கிரய சாசனம்

2021-ம் வருடம் செப்டம்பர் மாதம் 22-ம் தேதி [illegible] மாவட்டம்- [illegible] தாலுக்கா, [illegible] கிராமம், [illegible] திரு. [illegible] அவர்களின் குமாரர் திரு. [illegible] Aadhaar No. [illegible] IT.PAN: [illegible] - Cell No. [illegible] அவர்களுக்கு

[illegible] மாவட்டம், [illegible] தாலுக்கா, [illegible] கிராமத்தில் வசித்து வந்து தற்போது [illegible] மாவட்டம் [illegible] கிராமம், [illegible] வீட்டில் வசித்து வரும் திரு. [illegible] அவர்களின் மனைவி [illegible] (Aadhaar No. [illegible] IT.PAN [illegible] ஆகிய நான் எழுதிக் கொடுத்த சுத்தக் கிரய சாசனம்.

எழுதி வாங்குபவர் எழுதிக் கொடுப்பவர்.

Document No. 5430 of 2021 Book 1 Contains 20 Sheets 1 Sheet

முறையில் எழுதப்பட்டிருக்கும். உதாரணமாக 752/2021 என்றால் 2021ம் ஆண்டு பதியப்பெற்ற 752வது ஆவணம்.

பத்திரத்தின் கடைசி மற்றும் முக்கியப்பகுதி சொத்து விவரம் ஆகும். இதில்தான் நீங்கள் வாங்கும் சொத்தின் அனைத்து விவரங்களும் இருக்கும். பதிவு மாவட்டம், வட்டம், சார்பதிவகம், கிராமம், வார்டு எண், தெரு பெயர், சர்வே எண், பிளாட் எண், நான்கு மால் (நான்கு திசைகளிலும் உள்ள இடங்கள் குறித்த விவரம்), இடத்தின் அளவு மற்றும் பரப்பு விவரம் போன்ற விவரங்கள் இதில் இருக்கும்.

இப்போது, சொத்தை வாங்குபவர் அந்தச் சொத்தின் முன்னால் நின்று புகைப்படம் எடுத்து அதனையும் பத்திரத்தில் இணைக்கவேண்டும் என்று கட்டாயமாக்கி உள்ளனர். அந்தப் புகைப்படத்தில் புவி ஒருங்கிணைப்புக் குறியீடுகளான அட்சரேகை மற்றும் தீர்க்கரேகை எண்கள் (Geo Coordinates – Latitude & Longitude) இருப்பதும் அவசியம்.

பத்திரங்களின் வகைகள்

சொத்தைப் பதிவுசெய்ய எழுதப்படும் பத்திரங்களில் பல வகைகள் இருக்கின்றன.

அவை:

1) கிரையம் அல்லது விற்பனைப் பத்திரம்
2) தானம் / செட்டில்மெண்ட் பத்திரம்
3) பாகப்பிரிவினைப் பத்திரம்
4) விடுதலைப் பத்திரம்
5) உயில்
6) பரிவர்த்தனைப் பத்திரம்
7) சீர்திருத்தப் பத்திரம் / பிழைதிருத்தப் பத்திரம்

இவை அனைத்துமே சொத்தின் முழு உரிமையை ஒருவருக்குக் கொடுப்பதற்காக எழுதப்படும் ஆவணங்கள்.

இவையன்றி இன்னும் சில பத்திர வகைகள் உள்ளன. அவற்றில் சில:

1) பொது அதிகாரப் பத்திரம் / பவர் ஆஃப் அட்டர்னி ஆவணம்
2) அடமானப் பத்திரம்
3) அடமான ரத்துப் பத்திரம்

4) பத்திர ஒப்படைப்பு ஆவணம்

5) கிரைய ஒப்பந்தப் பத்திரம்

6) குத்தகைப் பத்திரங்கள்

இவை பொதுவாக, சொத்தின் முழு உரிமையைப் பற்றிப் பேசாமல் குறிப்பிட்ட சில உரிமைகளுக்காக மட்டுமே பயன்படுத்தப்படும் ஆவணங்கள் ஆகும்.

இனி ஆவணங்களின் வகைகளைப் பற்றி விரிவாகப் பார்க்கலாம்

கிரையப் பத்திரம் (Sale Deed)

உங்களுக்கு எந்தவிதமான உறவும் இல்லாத யாரோ ஒருவரிடமோ அல்லது சிலரிடமோ இருந்து நீங்கள் சொத்து வாங்கும்போது, அவர்களிடம் இருந்து நீங்கள் காசு கொடுத்து வாங்கிய சொத்தைப் பதிவு செய்வதற்காக எழுதப்படும் பத்திரம் கிரையப் பத்திரம் என்று அழைக்கப்படுகிறது.

ஒரு பணப்பரிமாற்றத்தின் மூலமாகச் சொத்தை நீங்கள் வாங்குவதால் இதற்கான முத்திரை மற்றும் பதிவுக் கட்டணங்கள் சற்றே அதிகமாக இருக்கும். ஒரு கிரையப் பத்திரத்தின் மூலம் நீங்கள் ஒரு சொத்தை வாங்கும்போது, முழுமையான பணப் பரிமாற்றம் நிகழ்ந்துவிட்டதா என்பதனைச் சார்பதிவாளர் உறுதி செய்த பின்னர்தான் அந்தப் பத்திரம் பதிவு செய்யப்படும். எனவே இந்தப் பத்திரங்கள் பிற்காலத்தில் (99.99%) ரத்து செய்ய முடியாதவை.

இந்தப் பத்திரப் பதிவிற்குத் தற்போதைய நடைமுறையின்படி, சொத்தின் அரசு மதிப்பிற்கு 7% தொகைக்கு முத்திரைத்தாள் (Stamp papers) வாங்க வேண்டும். 4% மதிப்பிற்குப் பதிவுக் கட்டணம் (Registration fee) செலுத்த வேண்டும்.

தானம் / செட்டில்மெண்ட் பத்திரம் (Gift / Settlement Deed)

பணப் பரிவர்த்தனை எதுவும் இல்லாமல் தானமாக வழங்கப்படும்போது எழுதப்படும் ஆவணம் இது.

உங்கள் பெயரில் உள்ள சொத்தை உங்கள் குடும்பத்திற்குள் ரத்தச் சம்பந்தம் (Blood relationship) உள்ள யாரோ ஒருவருக்கு மாற்றிக் கொடுக்கும்போது, சொத்தின் அரசு மதிப்பிற்கு 1% தொகைக்கு முத்திரைத்தாள் (ரூபாய் 25000க்கு மிகாமல்) வாங்கவேண்டும். 1% (அதிகபட்சம் ரூபாய் 4000) மதிப்பிற்குப் பதிவுக் கட்டணம் செலுத்தவேண்டும். (பொதுவாக, சகோதரர்களுக்கிடையே நிகழும் பரிமாற்றங்கள்

இந்த வகையில் சேர்க்கப்படுவதில்லை. தாயோ தந்தையோ மகன் / மகளுக்குக் கொடுப்பது, தாத்தா அல்லது பாட்டி பேரன் / பேத்திக்குக் கொடுப்பது, கணவன் மனைவிக்கு அல்லது மனைவி கணவனுக்குக் கொடுப்பது, மகன் / மகள் தாய்க்கோ தந்தைக்கோ கொடுப்பது போன்ற பரிமாற்றங்கள், தான வகையில் சேர்க்கப்படும்.)

ஒருவேளை குடும்ப நபர் அல்லாதவர்க்குத் தானம் கொடுப்பதாயிருந்தால், சொத்தின் அரசு மதிப்பிற்கு 7% தொகைக்கு முத்திரைத்தாள் வாங்க வேண்டும். 4% மதிப்பிற்குப் பதிவுக் கட்டணம் செலுத்த வேண்டும்.

பாகப்பிரிவினைப் பத்திரம் (Partition Deed)

ஏதேனும் ஒரு பெரிய சொத்தை அல்லது ஒன்றுக்கு மேற்பட்ட சொத்துக்களை இரண்டு அல்லது அதற்கு மேற்பட்ட நபர்கள் தங்களுக்குள் பிரித்துக்கொள்ள எழுதப்படுவது பாகப்பிரிவினைப் பத்திரம்.

குடும்ப உறுப்பினர்களுக்குள் பாகப்பிரிவினைப் பத்திரம் எழுதவேண்டும் எனில் சொத்தின் அரசு மதிப்பிற்கு 1% தொகைக்கு (ரூபாய் 25,000க்கு மிகாமல்) முத்திரைத்தாள் வாங்க வேண்டும். 1% மதிப்பிற்குப் (ரூபாய் 4,000க்கு மிகாமல்) பதிவுக் கட்டணம் செலுத்த வேண்டும்.

குடும்ப உறுப்பினர்கள் அல்லாதவர்களுக்குள் பாகப்பிரிவினைப் பத்திரம் எழுத வேண்டும் எனில் சொத்தின் அரசு மதிப்பிற்கு 4% தொகைக்கு முத்திரைத்தாள் வாங்க வேண்டும். 1% மதிப்பிற்குப் பதிவுக் கட்டணம் செலுத்த வேண்டும்.

மற்ற பத்திரங்களில் இல்லாத ஒரு விஷயம் பாகப்பிரிவினைப் பத்திரத்தில் மேற்பட்ட சொத்துக்களும் ஒன்றுக்கு மேற்பட்ட சொத்தின் உரிமையாளர்களும் பங்கு கொள்கின்றனர்.

உதாரணமாக ஒரு சொத்தை ஐந்தாகப் பிரிக்கும்போது அது ஐந்து சொத்துக்களாகவும் ஐந்து உரிமையாளர்கள் உடையதாகவும் மாறுகின்றது. ஒரேவொரு பத்திரம் மட்டுமே பதிந்தால், மீதமுள்ள நபர்கள் என்ன செய்வார்கள்? எனவே பாகப்பிரிவினையைப் பொறுத்தவரை, ஓர் அசல் பத்திரம் (முறையான முத்திரைத்தாள் மதிப்புடன்) பதியப்படும். அது யாரோவொரு உரிமையாளருக்குக் கொடுக்கப்படும். (சிலசமயம் அந்த விவரமும் பத்திரத்தில் எழுதப்பட்டிருக்கும்.) மீதமுள்ள நபர்களுக்கு அசலுக்குச்

சமமான நகல் பத்திரம் கொடுக்கப்படும். (ரூபாய் 100 முத்திரைத்தாளில் எழுதப்பட்டிருக்கும்.) இந்தப் பத்திரங்களும் அசல் பத்திரங்களுக்குச் சமம்தான் என நினைவில் வைத்துக்கொள்ளுங்கள்.

விடுதலைப் பத்திரம் (Release Deed)

ஒரு சொத்தில் தமக்கு உள்ள உரிமையைப் பிறிதொருவருக்கு விட்டுக் கொடுப்பதற்காக (விடுதலை செய்து கொடுப்பதற்காக) எழுதப்படும் பத்திரம் விடுதலைப் பத்திரம்.

உதாரணமாக, கமல் மற்றும் விமல் இருவருக்கும் பொதுவாக ஒரு சொத்து இருக்கிறது. கமல் அந்த சொத்தில் உள்ள ½ பகுதியை விமலுக்கே கொடுக்க விரும்பினால் விடுதலைப் பத்திரமாக எழுதிக்கொடுக்கலாம்.

குடும்ப நபர்களுக்கிடையில் எனில், சொத்தின் அரசு மதிப்பிற்கு 1% தொகைக்கு (ரூபாய் 25,000க்கு மிகாமல்) முத்திரைத்தாள் வாங்க வேண்டும். 1% மதிப்பிற்கு (ரூபாய் 4,000க்கு மிகாமல்) பதிவுக் கட்டணம் செலுத்த வேண்டும்.

குடும்ப நபர் அல்லாதவர்க்கு இடையில் எனில், சொத்தின் அரசு மதிப்பிற்கு 7% தொகைக்கு முத்திரைத்தாள் வாங்க வேண்டும். 4% மதிப்பிற்குப் பதிவுக் கட்டணம் செலுத்த வேண்டும்.

உயில் (Will)

தமது பெயரில் உள்ள சொத்துக்கள் தமது காலத்திற்குப் பிறகு யாருக்குச் சென்று சேர வேண்டும் என்பதற்காக எழுதப்படுவது உயில்.

பொதுவாக உயில் என்பது பதிவு செய்யப்பட்டதாகவோ அல்லது பதிவு செய்யப்படாததாகவோ இருக்கலாம். உயிலை எழுதியவர் தன் வாழ்நாள் முழுவதும் எப்போது வேண்டுமானாலும் உயிலைத் திருத்தி எழுதவோ அல்லது ரத்து செய்யவோ இயலும். எனவே உயிலைப் பொறுத்தவரை அதனை எழுதியவர் காலத்திற்குப் பின்தான் அது நடைமுறைக்கு வரும். (ஓர் உயில் பத்திரம் நடைமுறையில் பயன்படுத்தப்படும்போது, அதை எழுதியவரின் இறப்புச் சான்றிதழும் அதனுடன் இருக்கவேண்டும்.)

உயிலைப் பதிவுசெய்யச் சொத்தின் மதிப்பில் 1% தொகை தேவைப்படும்.

பரிவர்த்தனைப் பத்திரம்

இரண்டு சொத்துக்களை ஒருவருக்கொருவர் மாற்றிக் கொள்வதற்காக (Exchange) எழுதிக்கொள்ளும் பத்திரம், பரிவர்த்தனைப் பத்திரம் எனப்படும்.

உதாரணத்திற்கு, கமல் என்பவர் தம்மிடம் உள்ள இரண்டு ஏக்கர் சொத்தை விமலுக்குக் கொடுத்துவிட்டு, விமலிடம் உள்ள பங்களா வீட்டை பெற்றுக் கொள்வதாய் இருந்தால், பரிவர்த்தனைப் பத்திரம் எழுதிக் கொள்ளலாம்.

இரண்டு சொத்துக்களில் எது அதிக மதிப்புடையதோ அந்தச் சொத்து மதிப்பிற்கு 7% தொகைக்கு முத்திரைத்தாள் வாங்க வேண்டும். 4% பதிவுக் கட்டணம் செலுத்த வேண்டும்.

சீர்திருத்தப் பத்திரம் (Rectification Deed)

சரியாகச் சொல்வதென்றால், சீர்திருத்தப் பத்திரம் என்பதனை ஒரு தனியான பத்திர வகை என்று சொல்லிவிட இயலாது. பத்திரங்கள் எழுதிப் பதிவு செய்யும்போது நாம் அனைவரும் மிகக் கவனமாகவே இருப்போம். எனினும், ஏதாவது சில தருணங்களில் நம்மையறியாமலே ஏதேனும் பிழை நிகழ்ந்துவிட வாய்ப்பும் இருக்கிறது. உதாரணமாக, சர்வே எண்ணையோ அல்லது நான்கு மால் எனப்படும் நான்கு பக்க எல்லைகளையோ தவறாகக் குறிப்பிட்டு பதிவு செய்துவிட்டால் சொத்தே தவறாகப் போய்விடும். அந்தச் சமயத்தில் நமக்குக் கை கொடுக்கத்தான் சீர்திருத்தப் பத்திரம் பயன்படுகிறது.

சொத்தை எழுதிக் கொடுத்தவர் மற்றும் எழுதி வாங்கியவர் இருவரும் மீண்டும் சார்பதிவு அலுவலகம் சென்று முந்தைய பத்திரத்தில் உள்ள பிழை என்ன மற்றும் அதற்கான சரியான தகவல் என்ன என்பதனை எழுதிப் பதிவு செய்துகொள்வதுதான் சீர்திருத்தப் பத்திரம்.

சீர்திருத்தப் பத்திரங்களுக்கான கட்டணம், பதிவைப் பொறுத்து மாறுபடும். பொதுவாகவே சீர்திருத்தப் பத்திரங்களுக்கான கட்டணம் மிக மிகக்குறைவாகவே இருக்கும். ஒருவேளை சொத்தின் பரப்பளவு அல்லது சொத்தின் மதிப்பு மாற்றப்பட்டால் அதற்கேற்ப உயரும்.

பொது அதிகார ஆவணம் / பவர் ஆஃப் அட்டர்னி (Power of atterny)

உங்கள் சொந்த ஊரில் உங்கள் பெயரில் ஒரு பெரிய இடம் இருக்கிறது என்று வைத்துக் கொள்வோம். அதனைச் சிறுசிறு

பிளாட்களாகப் பிரித்து விற்க நினைக்கிறீர்கள். ஆனால் நீங்கள் வெளியூரில் இருக்கிறீர்கள். ஒவ்வொரு பிளாட்டை விற்கும்போதும் நீங்கள் உங்கள் ஊருக்கு வந்து பதிவு செய்து தருவதென்பது இயலாத காரியம். இப்படியான சூழலில் நீங்கள் உங்களுக்கு நம்பிக்கையான ஒரு நபரை உங்களுக்குப் பதிலாக நியமிக்கலாம். அந்தச் சொத்தை விற்கும்போது, அவர் உங்களுக்குப் பதிலாகப் பத்திரத்தில் கையொப்பம் இடலாம்.

இதற்காக நீங்கள் அவரின் பெயரில் பவர் பத்திரம் பதிந்து தரலாம். இதில் கவனிக்கவேண்டிய விஷயம் நீங்கள் அவருக்குச் சொத்தின் முழு உரிமையையும் தரவில்லை. அதனை விற்பதற்கு மட்டும் அதிகாரம் தருகின்றீர்கள். அவரால் அந்தச் சொத்தை முழு உரிமை கொண்டாட இயலாது. இந்தப் பத்திரத்தை எப்போது வேண்டுமானாலும் நீங்கள் ரத்து செய்யலாம்.

பொது அதிகார ஆவணம் பதிவதற்கான கட்டணம் நான்கு முறைகளில் வசூலிக்கப்படுகிறது. ஒரு சொத்தை விற்பதற்காக, உங்கள் குடும்ப நபர்கள் யாருக்காவது பொது அதிகாரம் கொடுக்க வேண்டும் எனில் முத்திரைத் தீர்வையாக (அதாவது பத்திரம் வாங்கும் மதிப்பு) ரூபாய் 100ம், பதிவுக்கட்டணமாக ரூபாய் 2,000மும் செலுத்தவேண்டும். அதேவேளையில் குடும்ப நபர் அல்லாத யாராவது ஒருவருக்கு நீங்கள் பொது அதிகாரம் வழங்கினால் ரூபாய் 100க்குப் பத்திரம் வாங்குவதோடு ரூபாய் 10,000ஐப் பதிவுக் கட்டணமாகச் செலுத்த வேண்டும்.

சில வேளைகளில் விற்பனை செய்வதற்கல்லாது வேறு சில விஷயங்களுக்கும் பொது அதிகாரம் பதிந்து தருவதுண்டு. அவ்வாறான வேளையில் ரூபாய் 100 முத்திரைத் தீர்வையாகவும், ரூபாய் 500 பதிவுக் கட்டணமாகவும் செலுத்தவேண்டும்.

அதேபோன்று சில வேளைகளில், ஒரு குறிப்பிட்ட தொகையை வாங்கிக்கொண்டு பொது அதிகாரம் பதிவதும் உண்டு. அப்படியான பதிவுகளில், அந்தக் கைமாற்றுத் தொகைக்கு 4% மதிப்பில் பத்திரங்கள் வாங்கவேண்டும். பதிவுக்கட்டணமாக அந்தக் கைமாற்றுத் தொகையில் 1% அல்லது ரூபாய் 10,000 இரண்டில் எது அதிகமோ அதனைச் செலுத்த வேண்டும்.

இதேபோல விற்பனை தவிர வேறு சில குறிப்பிட்ட காரணங்களுக்காகவும் நீங்கள் அடுத்தவருக்குப் பொது அதிகார ஆவணம் பதிந்து தரலாம்.

அடமானப் பத்திரங்கள் (Mortgage Deed)

சொத்தின் பெயரில் கடன் வாங்கும்போது, அந்தச் சொத்தை அடமானமாக எழுதிக் கொடுப்பது நடைமுறை.

பொதுவாக இரண்டு விதமான அடமானப் பத்திரங்கள் உள்ளன. சிம்பிள் மார்ட்கேஜ் (Simple Mortgage) எனப்படும் அடமானப் பத்திரம், இன்னொன்று சொத்தின் அனுபவ உரிமையுடன் கூடிய (Mortgage with possession) அடமானப் பத்திரம்.

முதல் வகையில், சொத்தின் உரிமையாளர் சொத்தை அனுபவித்துக் கொள்வார். சொத்தின் பெயரில் அடமானம் மட்டும் எழுதித் தருவார்.

இதனைப் பதிவுசெய்யச் சொத்தின் அரசு மதிப்பிற்கு 1% தொகைக்கு (ரூபாய் 40,000க்கு மிகாமல்) முத்திரைத்தாள் வாங்க வேண்டும். 1% மதிப்பிற்கு (ரூபாய் 10,000க்கு மிகாமல்) பதிவுக் கட்டணம் செலுத்த வேண்டும்.

இரண்டாம் வகையில், அடமானக் காலம் முடியும் வரை சொத்தானது அடமானம் பெறுபவரின் அனுபவத்தில் இருக்கும்.

இதனைப் பதிவுசெய்யச் சொத்தின் அரசு மதிப்பிற்கு 4% தொகைக்கு முத்திரைத்தாள் வாங்க வேண்டும். 1% மதிப்பிற்குப் பதிவுக் கட்டணம் செலுத்த வேண்டும்.

அடமான ரத்துப் பத்திரம் (Cancellation Deed)

சொத்தை அடமானம் வைத்து நீங்கள் வாங்கிய கடன் தொகையைத் திருப்பிச் செலுத்தியபின் நீங்கள் எழுதிக் கொடுத்திருக்கும் அடமானத்தை ரத்து (CANCEL) செய்வதற்காக எழுதப்படும் பத்திரம் இது.

இதனைப் பதிவுசெய்ய ரூபாய் 50க்கு முத்திரைத்தாள் வாங்கவேண்டும். ரூபாய் 50 பதிவுக் கட்டணம் செலுத்தவேண்டும்.

பத்திர ஒப்படைப்பு ஆவணம் (Memorendum of Title deeds)

பொதுவாக வங்கியில் அல்லது வீட்டுக்கடன் நிறுவனங்களில் கடன் பெறும்போது, நீங்கள் சொத்தை அந்த நிறுவனத்தின் பெயருக்குப் பதிவு செய்து கொடுப்பதில்லை.

அந்த நிறுவனம் தரும் வீட்டுக்கடன் ஒப்பந்தப் பத்திரத்தில் கையெழுத்துப் போட்டுவிட்டு உங்கள் ஆவணங்கள்

(தலைப்பத்திரம், மூலப்பத்திரம் போன்றவை) அனைத்தையும் அவர்களிடம் ஒப்படைத்துவிடுவீர்கள். இது ஈக்குட்டபிள் மார்ட்கேஜ் (Equatable Mortgage) என அழைக்கப்படுகிறது.

இப்படித் தரும்போது, நீங்கள் கடன் பெற்ற விஷயம் பத்திரத்துறைக்குத் தெரியாதாகையால், இது வில்லங்கச் சான்றிதழில் தெரிவதில்லை. எனவே, சில நேரங்களில் கடன் தந்த நிறுவனங்களுக்குத் தெரியாமலேயே கடனில் உள்ள சொத்துக்களை விற்றுவிடுவதும் நடக்கிறது. வில்லங்கம் இல்லாத சொத்து என நினைத்துச் சொத்தை வாங்குபவர்களும்கூட இப்படிச் சில சமயம் ஏமாந்து போவதுண்டு.

இதனைத் தடுக்க வங்கிகளும் நிதி நிறுவனங்களும் பத்திர ஒப்படைப்பு ஆவணம் எனப்படும் ஆவணப்பதிவைக் கட்டாயமாக்கியுள்ளன.

அதாவது நீங்கள் எந்தெந்த ஆவணங்களைக் கடனுக்காகத் தருகின்றீர்கள் என்ற விவரத்தை, (கவனிக்கவும், விவரத்தை மட்டும்தான். சொத்தின் முழு உரிமையை அல்ல) அந்த நிறுவனத்திற்குப் பதிவுசெய்து தரும் ஆவணம் பத்திர ஒப்படைப்பு ஆவணம் எனப்படுகிறது.

இதற்குக் கடன் மதிப்பில் 0.5% தொகைக்கு (ரூபாய் 30,000க்கு மிகாமல்) பத்திரம் வாங்க வேண்டும். 1% தொகைக்கு (ரூபாய் 6,000க்கு மிகாமல்) பத்திரப் பதிவுக் கட்டணம் செலுத்த வேண்டும்.

கிரைய ஒப்பந்தப் பத்திரம் (Sale agreement deed)

ஓர் இடத்தை வாங்க முடிவு செய்துவிட்டால் என்ன செய்வோம்? அந்த இடத்திற்காக முன்பணம் கொடுப்போம். அதன் பின்னர் சில நாள்கள் இடைவெளியில் அந்த இடத்தைப் பதிவு செய்துகொள்வோம். பரிமாற்றத் தொகை குறைவாக இருக்கும்போது, இந்தப் பரிமாற்ற வேலைகள் வாய் வார்த்தையாக மேற்கொள்ளப்படுகிறது. ஆனால் தொகை அதிகமாகும்பொழுது எழுத்தின் மூலம் ஓர் அத்தாட்சியைத் தயார் செய்துகொள்ள விரும்புவார்கள். அதற்காக எழுதப்படும் ஆவணம் இது.

பொதுவாகக் கிரைய உடன்படிக்கை ஆவணங்கள் பதிவு செய்யப்படுவதில்லை. சில நேரங்களில் பதிவு செய்துகொள்கின்றனர். இந்த ஆவணத்தில் யாருக்கும் யாருக்கும் இடையே விற்பனை நிகழ்கிறது, எந்தத் தொகைக்கு

விற்பனை மேற்கொள்ளப்படுகிறது, எவ்வளவு முன்பணம் கொடுக்கப்படுகிறது, எவ்வளவு காலத்தில் (பொதுவாக 90 நாள்கள்) மீதத் தொகையைக் கொடுத்துச் சொத்தைப் பதிந்து கொள்வார்கள் போன்ற விவரங்கள் இருக்கும்.

இந்த ஆவணத்திற்கு ரூபாய் 20க்கான முத்திரைத்தாள் வாங்க வேண்டும். பத்திரப் பதிவிற்கு முன்பணத்தில் 1% கட்டணமாகச் செலுத்தவேண்டும்.

அடுத்ததாக, வில்லங்கச் சான்றிதழ் (Encumbrance Certificate) எனப்படும் முக்கியமான விஷயத்தை பற்றிப் பேசுவோம்.

வில்லங்கச் சான்றிதழ்

சர்வே எண் (Survey Number – நில அளவை எண்) பற்றி ஏற்கெனவே நாம் பார்த்தோம். ஒவ்வொரு சார்பதிவு அலுவலகத்திலும் சொத்துப் பரிமாற்றம் நிகழும்போது அவை அந்த அந்த சர்வே எண்களின் பெயரில்தான் பதியப்படும்.

வில்லங்கச் சான்றிதழ் என்பது ஒரு குறிப்பிட்ட சர்வே எண்ணின் பெயரில் ஒரு குறிப்பிட்ட காலத்தில் நிகழ்ந்த அனைத்துப் பரிமாற்றங்களின் விவரத்தையும் தரும் சான்றிதழாகும். (வண்டியின் ஆர்.சி. புத்தகத்தில் எப்படி ஒவ்வொரு முறையும் புதிய உரிமையாளரின் பெயர் மற்றும் விவரம் பதியப்படுகிறதோ அதுபோல, இங்கே சான்றிதழாகத் தருகிறார்கள்.)

இதனை உங்கள் சார்பதிவு அலுவலகத்தில் அதற்குரிய கட்டணத்தைச் செலுத்திப் பெற்றுக் கொள்ளலாம்.

உதாரணமாக, நீங்கள் 344/5 என்ற சர்வே எண் உடைய இடத்திற்கு வில்லங்கம் பார்க்க நினைத்தால், அந்த சார்பதிவு அலுவலகத்திற்குச் சென்று அதற்கென உள்ள விண்ணபத்தில் விண்ணப்பிக்க வேண்டும். விண்ணபத்துடன் சொத்தின் முழு முகவரியையும் (அதாவது, மாவட்டம், பதிவு மாவட்டம், சர்வே எண், நான்கு மால் எனப்படும் சொத்துக்கு நான்கு பக்கமும் உள்ளவர்களின் விவரம், இவற்றுடன் சொத்தின் அளவுகள்) இணைக்கவேண்டும்.

விண்ணபத்தில் எந்தத் தேதியிலிருந்து எந்தத் தேதி வரை உங்களுக்கு அந்தச் சொத்தின் பரிமாற்றம் தேவைப்படுகிறது என்பதனையும் குறிப்பிட வேண்டும்.

1987லிருந்து ஆவணங்கள் கணினி மயமாகிவிட்டபடியால் அதுவரையுள்ள காலத்திற்குக் கணினி மூலம் தயாரிக்கப்பட்ட

சான்றிதழ் கிடைக்கும். அதற்கு முன்னர் உள்ள காலத்திற்கு கைகளினால் எழுதப்பட்ட சான்றிதழ்கள்தான் கிடைக்கும்.

இதற்கு, விண்ணப்பக் கட்டணமாக ரூபாய் 1ம், தேடுதல் கட்டணமாக முதல் வருடத்திற்கு ரூபாய் 30ம் ஒவ்வொரு வருடத்திற்கும் ரூபாய் 10ம், கணினிக் கட்டணமாக ரூபாய் 100ம் செலுத்த வேண்டும்.

சான்றிட்ட நகல்

ஒரு பத்திரம் பதிவு செய்யப்படும்போது அதன் நகலானது பதிவு அலுவலகத்தில் சேகரித்து வைக்கப்படும். இப்போது கணினிக் காலம். ஆதலால் உங்கள் அசல் பத்திரம் ஸ்கேன் செய்யப்பட்டுச் சேமித்து வைக்கப்படும். முந்தைய காலங்களில், கையால் எழுதிச் சேகரித்து வைத்திருப்பார்கள். உங்கள் பத்திரம் தொலைந்து போனாலே அல்லது வேறு சில சந்தர்ப்பங்களிலோ உங்களுக்கு உங்கள் பத்திர நகல் தேவைப்பட்டால், சார்பதிவாளர் அலுவலகத்தில் விண்ணப்பித்துப் பெற்றுக் கொள்ளலாம். இதனைச் சான்றிட்ட நகல் (Certiifed Copy) அல்லது காப்பி டாக்குமெண்ட் (Copy Document) என்பார்கள்.

பத்திரப் பதிவிற்கான செலவுகள்

பத்திரப் பதிவிற்கான செலவு என்னென்ன இருக்கும் என்பதனையும் தெரிந்து கொள்ளுங்கள். முதலில் முத்திரைத்தாள் (Stamp Paper) செலவு. நீங்கள் வாங்கப் போகும் இடத்திற்கு ஏற்கெனவே அரசினால் ஒரு மதிப்பு நிர்ணயிக்கப் பட்டிருக்கும். இது வழிகாட்டி மதிப்பு (Guideline Value) எனப்படும். இது சர்வே எண்களின் அடிப்படையிலோ அல்லது நகரமாக இருந்தால் தெருக்களின் அடிப்படையிலோ இந்த வழிகாட்டி மதிப்பானது வரிசைப் படுத்தப்பட்டிருக்கும். (வழிகாட்டி மதிப்பு பொதுவாகச் சந்தை மதிப்பைக் காட்டிலும் குறைவாகவே இருக்கும். வெகு சில சமயங்களில் சந்தை மதிப்பைக் காட்டிலும் வழிகாட்டி மதிப்பு அதிகமாக இருப்பதும் உண்டு.)

சொத்தைப் பதிவுசெய்ய, அந்த வழிகாட்டி மதிப்பில் ஒரு குறிப்பிட்ட சதவிகிதத் தொகைக்கு முத்திரைத்தாள்கள் வாங்கவேண்டும். (இந்த சதவிகிதம் என்ன விதமான பத்திரம் என்பதனைப் பொறுத்து மாறுபடும்.)

அடுத்த செலவு என்பது பதிவுக்கட்டணம் (Registartion Fee) ஆகும். சொத்தின் வழிகாட்டி மதிப்பில் குறிப்பிட்ட சதவிகிதம் செலுத்த வேண்டும்.

இவை இரண்டும்தான் அரசுக்கு நீங்கள் செலுத்தவேண்டிய வரிகள்.

பத்திரம் எழுதுவதற்காகப் பத்திரம் எழுதுபவருக்குக் கொடுக்கும் கூலி என்பது அந்தத் தனிநபருக்குச் செல்லும் வருமானம். இது அந்த அந்த இடங்களுக்குத் தகுந்தாற்போல் மாறுபடும்.

பத்திரம் பதிவதற்கான கட்டண விவரங்கள்

(இந்த விவரங்கள் ஜனவரி 2024 அன்று உள்ள கட்டண விவரப்படி தொகுக்கப்பட்டுள்ளன.)

வரிசை எண்	ஆவணம்	முத்திரைத்தாள் கட்டணம்	பதிவுக்கட்டணம்
1	கிரையப் பத்திரம்	7%	2%
2	தான செட்டில்மெண்ட் (குடும்ப உறுப்பினருக்கு)	1% (அதிகபட்சம் ரூ.40000)	1% (அதிகபட்சம் ரூ.10000)
3	தான செட்டில்மெண்ட் (குடும்ப உறுப்பினர் அல்லாதவருக்கு)	7%	2%
4	பாகப்பிரிவினை பத்திரம் (குடும்ப நபருக்கிடையில்)	ஒவ்வொரு பாகத்திற்கும் 1% (அதிகபட்சம் ரூ.25000)	ஒவ்வொரு பாகத்திற்கும் 1% (அதிகபட்சம் ரூ.4000)
5	பாகப்பிரிவினை பத்திரம் (குடும்ப உறுப்பினர் இல்லாதவருக் கிடையில்)	பிரிந்த பாகத்தின் மதிப்பில் 4%	பிரிந்த பாகத்தின் மதிப்பில் 1%
6	விடுதலைப்பத்திரம் (குடும்ப நபருக்கிடையில்)	1% (அதிகபட்சம் ரூ.40000)	1% (அதிகபட்சம் ரூ.10000)

7	விடுதலைப்பத்திரம் (குடும்ப உறுப்பினர் இல்லாதவருக் கிடையில்)	7%	1%
8	பரிவர்த்தனை பத்திரம்	அதிகபட்ச சொத்து மதிப்பில் 7%	அதிகபட்ச சொத்து மதிப்பில் 2%
9	பொது அதிகார ஆவணம் (விற்பனை செய்வதற்கு – குடும்ப நபர் அல்லாதவருக்கு)	ரூ.100/—	ரூ.10000/—
10	பொது அதிகார ஆவணம் (விற்பனை செய்வதற்கு – குடும்ப நபர் அல்லாதவருக்கு)	ரூ.100/—	ரூ.2000/—
11	பொது அதிகார ஆவணம் (விற்பனை தவிர இதர காரியங்களுக்கு)	ரூ.100/—	ரூ.500/—
12	பொது அதிகார ஆவணம் (கைமாற்றுத் தொகையுடன்)	4% (கைமாற்றுத் தொகைக்கு)	1% கைமாற்றுத் தொகையில் அல்லது ரூ.10000/— எது அதிகமோ அந்தத்தொகை
13	கிரைய உடன்படிக்கைப் பத்திரம்	ரூ.20/—	1% (முன் பணத்திற்கு)
14	ஈடு அடமானம்	1% (கடன் தொகையில்) அதிகபட்சம் ரூ.40000	1% (கடன் தொகையில்) அதிகபட்சம் ரூ.10000

15	ஈடு அடமானம் (சுவாதீனத்துடன் கூடியது)	4% (கடன் தொகையில்)	1% (கடன் தொகையில்) அதிகபட்சம் ரூ.200000
16	கட்டட ஒப்பந்த உடன்படிக்கை	1% ஒப்பந்தத் தொகையில்	3% ஒப்பந்தத் தொகையில்
17	ரத்து ஆவணம்	ரூ.1000	ரூ.500
18	உரிமை ஆவணங்கள் ஒப்படைப்பு	0.5% (கடன் தொகையில்) அதிகபட்சம் ரூ.40000	1% (கடன் தொகையில்) அதிகபட்சம் ரூ.8000

வில்லங்கச் சான்றிதழ் பெறுவதற்கான கட்டணம்

விண்ணப்பக் கட்டணம்	ரூ.1/—
தேடுதல் கட்டணம் முதல் வருடத்திற்கு	ரூ.30/—
தேடுதல் கட்டணம் அடுத்து வரும் ஒவ்வொரு வருடத்திற்கும்	ரூ.10/—
கணினிக் கட்டணம்	ரூ.200/—
அவசரகால விண்ணப்பக் கட்டணம் (கணினி மயமாக்கப்படாத காலத்திற்கு மட்டும்)	இரு மடங்கு

சான்றிட்ட நகலுக்கான கட்டணம் (Certified copy of Document)

விண்ணப்பக் கட்டணம்	ரூ.1/—
தேடுதல் கட்டணம் முதல் வருடத்திற்கு	ரூ.10/—
கணினிக் கட்டணம்	ரூ.200/—
நகல் கட்டணம் (கணினி மூலமாக ஒவ்வொரு பக்கத்திற்கும்)	ரூ.10/—
முத்திரைத்தாள் கட்டணம்	ரூ.20/—

பத்திரப் பதிவுத்துறை இணையத்தளம்

இது கணினிக் காலம். முன்போல ஒவ்வொரு விஷயத்திற்காகவும் காத்திருக்கவேண்டிய அவசியம் இல்லை. விரல் நுனியில் உங்களுக்குத் தேவையான தகவல்களைத் தர இணையம் காத்திருக்கிறது. மற்ற சில மாநிலங்களோடு ஒப்பிடும்போது நமது பத்திரப் பதிவுத்துறையின் இணையச் செயல்பாடுகள் பாராட்டத்தக்க விகிதத்தில் உள்ளன. தமிழகம் முழுமைக்கும், வழிகாட்டி மதிப்பை எளிதாக அறிந்து கொள்ளவும் வில்லங்க விவரங்களை இலவசமாகப் பார்வையிடவும் பத்திரப்பதிவுத் துறைக்கான இணையம் உதவுகிறது

பத்திரப்பதிவுத் துறைக்கான இணையத்தள முகவரி https://tnreginet.gov.in/portal/ என்பதாகும்.

இந்த இணையத்தளத்தின் மூலமாக, பத்திரப்பதிவு மற்றும் பத்திரங்கள் தொடர்பான அனைத்து வேலைகளையும் உங்கள் இருக்கையில் இருந்தே செய்து முடிக்க முடியும். நீங்கள் வில்லங்கச் சான்றிதழைப் பார்வையிடுவதுடன், விண்ணப்பிக்கவும் முடியும். அதேபோல, வழிகாட்டி மதிப்பையும் தெரிந்து கொள்வதுடன் உங்கள் சொத்தின் மதிப்பையும் கணக்கிட்டுப் பார்க்க முடியும்.

மேலே உள்ள இணைப்பின் மூலம் நீங்கள் பத்திரப் பதிவுத்துறை இணையத்தளமான TNREGINETன் முகப்புப் பக்கத்தை அடைய முடியும்.

முகப்புப் பக்கத்தின் தலைப்பில் உள்ள மூன்று முக்கியமான இணைப்புகள், பதிவு செய்தல், மின்னணுச் சேவைகள் மற்றும் வழிகாட்டி மதிப்பு ஆகியனவாகும்.

பதிவுசெய்தல் என்னும் இணைப்பு, திருமணப் பதிவுகளுக்கானது.

மின்னணுச் சேவைகள் என்னும் இணைப்பின் மூலம் நீங்கள் உங்கள் சொத்திற்கான வில்லங்கச் சான்றிதழைப் பார்வையிட முடியும்.

வில்லங்கச் சான்றினைப் பார்வையிட, உங்கள் சொத்து இருக்கும் மண்டலம் (ZONE), மாவட்டம், சார்பதிவாளர் அலுவலகம், கிராமம், புல எண் (SUREVY NUMBER), உட்பிரிவு எண் மற்றும் எந்தத் தேதியில் இருந்து எந்தத் தேதி வரை வில்லங்கத்தைப் பார்வையிட வேண்டும் போன்ற விவரங்களை உள்ளிட வேண்டும்.

TNREGINET முகப்புப் பக்கம்

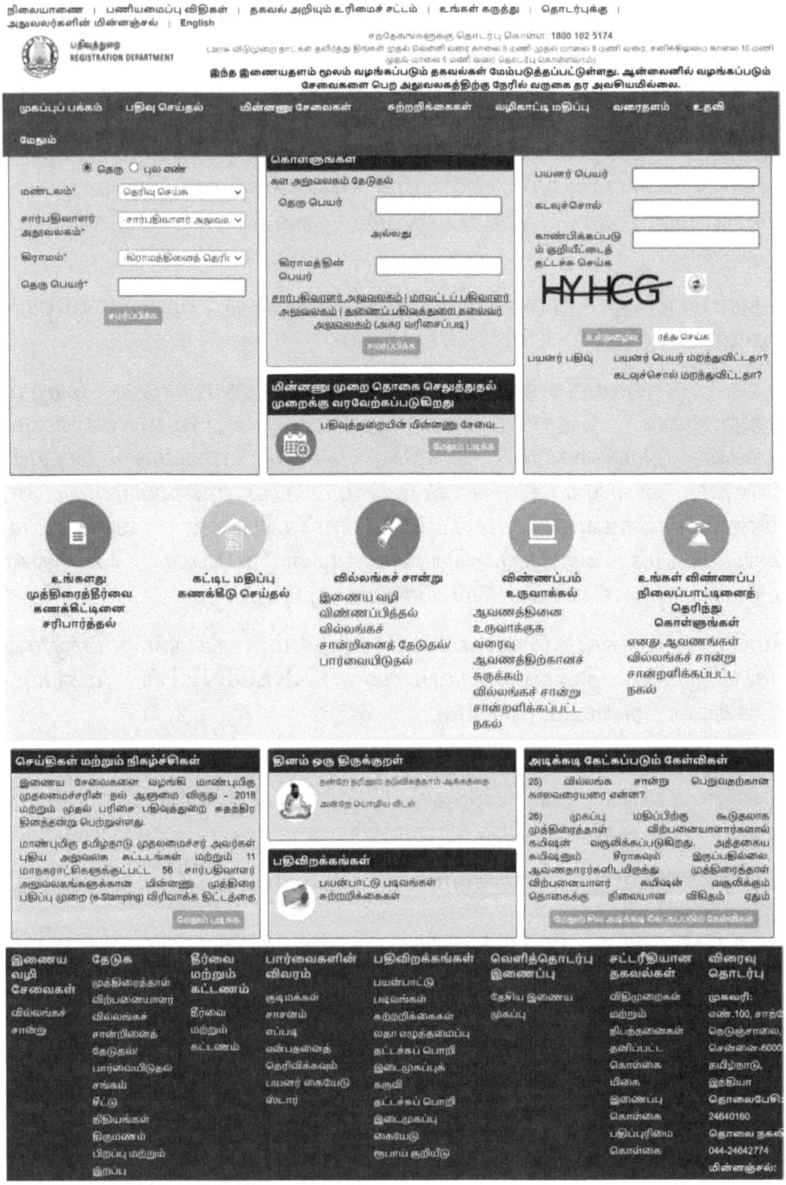

வில்லங்கச் சான்றிதழ் பெறுவதற்கான பக்கம்

அடுத்ததாக உங்கள் சொத்தின் வழிகாட்டி மதிப்பைப் பார்வையிடுவதற்கான இணைப்பும் இருக்கும். இந்த இணைப்பின் மூலம் உள்ளே சென்றால் தெருவாரியாக வழிகாட்டி மதிப்பைக் காணவேண்டுமா அல்லது சர்வே எண் மூலமாகக் காணவேண்டுமா என்ற இரண்டு வாய்ப்புகள் இருக்கும்.

நகரத்தில் உள்ள சொத்துக்களுக்கு சர்வே எண்படி வழிகாட்டி மதிப்பு கிடைக்காது. நகரத்தில் உள்ள சொத்துக்களுக்குத் தெருவின் பெயரில் உள்ள வழிகாட்டி மதிப்பை எடுத்துக்கொள்ளலாம். கிராமப்புறங்களில் உள்ள சொத்துக்கான வழிகாட்டி மதிப்பை சர்வே எண் மூலமாகப் பெற்றுக் கொள்ளலாம். இப்படிப் பத்திரப்பதிவுத்துறை தொடர்பான அனைத்துச் சேவைகளையும் நீங்கள் இந்தத் தளத்தில் பெற முடியும்.

வழிகாட்டி மதிப்பைப் பெறுவதற்கான பக்கம்

பத்திரத்துறை பற்றிய ஒரு தெளிவு இப்போது உங்களுக்குக் கிடைத்திருக்கும் என நம்புகின்றேன்.

அடுத்ததாக, வருவாய்த்துறை சார்ந்த ஆவணங்களைப் பற்றி ஒரு பார்வை பார்த்து விடுவோம், வாருங்கள்.

6. வருவாய்த்துறை ஆவணங்கள்

ஒரு சொத்தை வாங்கியவுடன் எப்படிச் சார்பதிவாளர் அலுவலகத்தில் நம் பெயருக்கு அதனைப் பதிவு செய்கிறோமோ அதேபோல, பட்டாவில் உங்கள் பெயரை மாற்றம் செய்வதும் அவசியம். பட்டா என்பது நீங்கள் அந்தச் சொத்தை வாங்கிவிட்டீர்கள் என்பதோடு நீங்கள்தான் அதன் உரிமையாளர் என்பதைக் குறிக்கும் ஆவணம்.

பட்டா என்பது உரிமை ஆவணம் என்பது போலவே, அதற்குத் துணை நிற்கும் வேறு சில ஆவணங்களும் வருவாய்த் துறையினரால் பராமரிக்கப்படுகின்றன.

எப்படிப் பத்திரமும் வில்லங்கச் சான்றிதழும் பத்திரப் பதிவுத்துறை சார்ந்த ஆவணங்களோ, அதேபோலக் கீழ்க்கண்டவை அனைத்தும் வருவாய்த்துறை சார்ந்த முக்கிய ஆவணங்கள் ஆகும்.

1) பட்டா
2) சிட்டா
3) அடங்கல்
4) அ—பதிவேடு (A - Register)
5) கிராம வரைபடம் (Village Map)
6) எஃப்.எம்.பி. ஸ்கெட்ச் (FMB Sketch)
7) பசலி

இவை ஒவ்வொன்றைப் பற்றியும் இனிவரும் பக்கங்களில் விரிவாகப் பார்க்கலாம்.

ஒரு சொத்தை வாங்கும் முன் பத்திரப் பதிவு ஆவணங்கள் மட்டும் அன்றி, மேற்கண்ட வருமானத்துறை சார்ந்த

ஆவணங்களையும் ஆய்வு செய்வது அவசியம். இதன் மூலம் சொத்தின் கடைசி உரிமையாளரை உறுதி செய்வதுடன், சொத்திற்கான வரி நிலுவைகள் ஏதுமில்லை என்பதனையும் உறுதி செய்து கொள்கிறோம். அதோடு அந்த நிலம் வீடு கட்டுவதற்கான நத்தம் நிலமா அல்லது வேறு ஒன்றா என்பதனையும் தெரிந்துகொள்கிறோம்.

பட்டா

பட்டா என்பதனை நில உரிமைச் சான்று எனச் சொல்லலாம். குறிப்பிட்டதொரு நிலம் உங்களுக்குச் சொந்தமானதுதான் என உறுதிசெய்ய வருவாய்த் துறையினரால் வழங்கப்படும் ஆவணம்தான் பட்டா.

ஒரு விஷயத்தைப் புரிந்துகொள்ளுங்கள், ஒரு பட்டா என்பது புதிதாக வாங்கப்படும் ஆவணம் அல்ல. ஏற்கெனவே ஒருவரின் பெயரில் உள்ள பட்டாவை உங்கள் பெயருக்கு மாற்றப் போகிறீர்கள். அவ்வளவுதான். அப்படியானால், அரசின் மூலமாக வழங்கப்படும் இலவச பட்டா? ஆமாம். அதுவும் மாறுதல்தான். ஏற்கெனவே அரசின் பெயரில் உள்ள நிலத்தை உங்கள் பெயருக்கு மாற்றித் தருகின்றார்கள், அவ்வளவுதான்.

ஒரு பட்டாவில், பட்டா எண், பட்டாதாரரின் பெயர், அவரது தந்தையின் பெயர், அந்த நிலத்துண்டின் சர்வே எண் மற்றும் அதன் உட்பிரிவு எண், மாவட்டம், வட்டம், கிராமம், நிலத்தின் வகை, நிலத்தின் அளவு ஆகியன குறிப்பிடப்பட்டிருக்கும்.

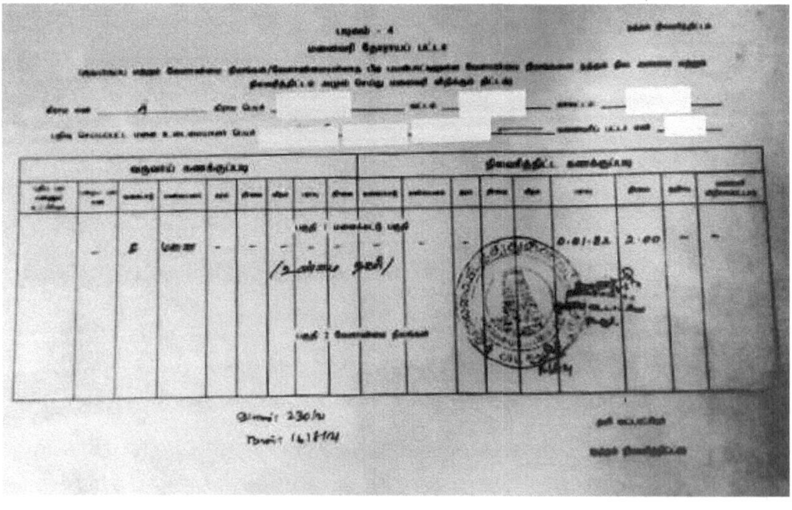

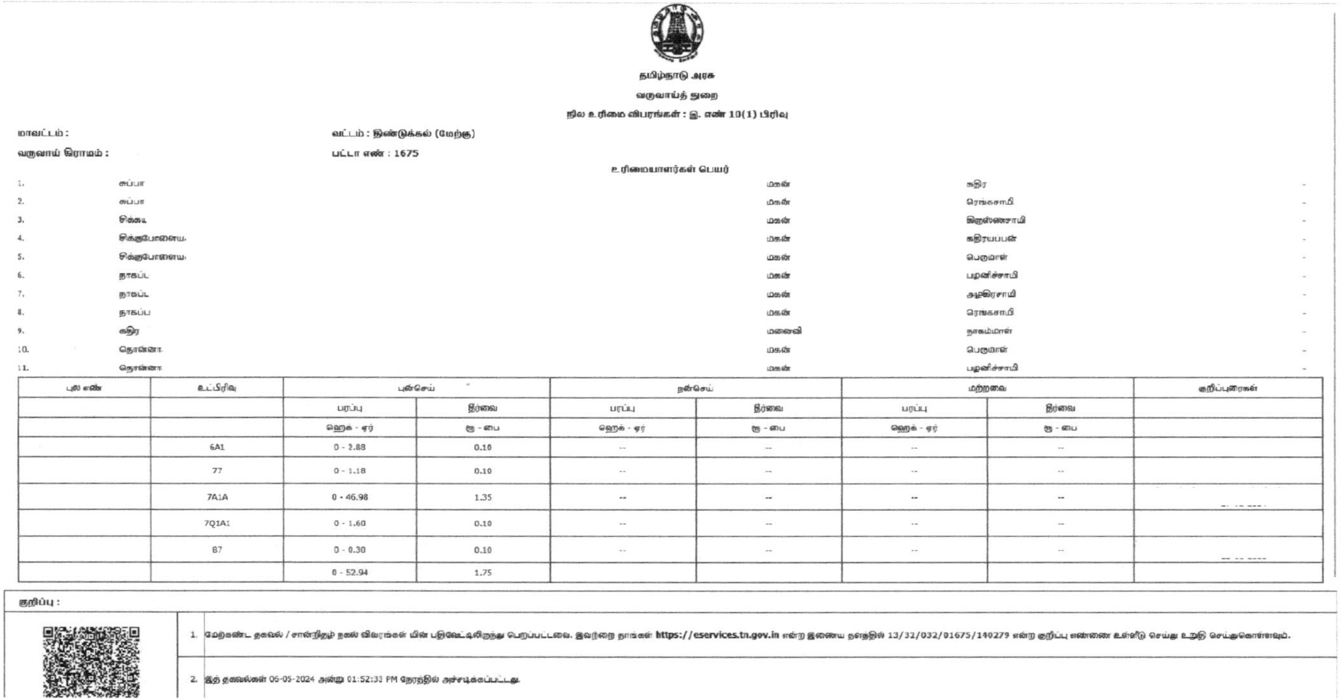

தமிழ்நாடு அரசு

வருவாய்த் துறை

நில உரிமை விபரங்கள் : இ. எண் 10(1) பிரிவு

மாவட்டம் : வட்டம் : திண்டுக்கல் (மேற்கு)

வருவாய் கிராமம் : பட்டா எண் : 1675

உரிமையாளர்கள் பெயர்

1. சுப்பா மகன் கதிர -
2. சுப்பா மகன் ரெங்கசாமி -
3. சிக்கை மகன் கிருஸ்ணசாமி -
4. சிக்குபோளைய மகன் கதிரபபன் -
5. சிக்குபோளைய மகன் பெருமாள் -
6. நாகபட மகன் பழனிச்சாமி -
7. நாகபட மகன் அழகிரசாமி -
8. நாகபப மகன் ரெங்கசாமி -
9. கதிர மனைவி நாகம்மாள் -
10. தொன்னா மகன் பெருமாள் -
11. தொன்னா மகன் பழனிச்சாமி -

புல எண்	உட்பிரிவு	புன்செய்		நன்செய்		மற்றவை		குறிப்புரைகள்
		பரப்பு	தீர்வை	பரப்பு	தீர்வை	பரப்பு	தீர்வை	
		ஹெக் - ஏர்	ரூ - பை	ஹெக் - ஏர்	ரூ - பை	ஹெக் - ஏர்	ரூ - பை	
	6A1	0 - 2.88	0.10	--	--	--	--	
	77	0 - 1.18	0.10	--	--	--	--	
	7A1A	0 - 46.98	1.35	--	--	--	--	
	7Q1A1	0 - 1.60	0.10	--	--	--	--	
	87	0 - 0.30	0.10	--	--	--	--	
		0 - 52.94	1.75					

குறிப்பு :

1. மேற்கண்ட தகவல் / சான்றிதழ் நகல் விவரங்கள் மின் பதிவேட்டிலிருந்து பெறப்பட்டவை. இவற்றை தாங்கள் **https://eservices.tn.gov.in** என்ற இணைய தளத்தில் 13/32/032/01675/140279 என்ற குறிப்பு எண்ணை உள்ளீடு செய்து உறுதி செய்துகொள்ளவும்.
2. இத் தகவல்கள் 06-05-2024 அன்று 01:52:33 PM நேரத்தில் அச்சடிக்கப்பட்டது.

கணினி மயமாக்கப்பட்ட பட்டா

நிலத்தின் வகை என்பது நாம் அறிந்து கொள்ளவேண்டிய இன்னொரு முக்கியமான விஷயம்.

சர்வே என்பது ஆரம்பிக்கப்பட்ட நாள்களில், நிலமானது மூன்று வகைகளாகப் பிரிக்கப்பட்டிருந்தது.

1. நஞ்சை — தண்ணீர் பாய்கிற விளை நிலங்கள் / வயல்கள்.
2. புஞ்சை - தண்ணீர் பாயாத, மழையை நம்பியுள்ள விளை நிலங்கள்.
3. மானாவாரி – மழையை நம்பியுள்ள மேட்டுநிலம்.

இந்த மூன்று வகைகளுமே விவசாயத்தை அடிப்படையாகக் கொண்டவைதான் என்பதைப் பார்த்துக்கொள்ளுங்கள். முன்பு விவசாய நிலம்தான் ஒவ்வொருவருக்கும் ஆதாரமாக இருந்திருக்கும் அல்லவா? இப்போது போல வீடு, பங்களா போன்ற சொத்துக்கள் இல்லாமல் விவசாய நிலம்தான் அந்தக்காலத்தில் சொத்தாய் இருந்திருக்கும் அல்லவா? எனவே அந்தச் சொத்தை உறுதி செய்து கொள்ள, பட்டா வழங்குதல் என்ற செயல்முறை ஆரம்பிக்கப்பட்டிருக்கும் என்பதனால்தான் நிலங்கள் விவசாயத்தை மட்டும் அடிப்படையாகக்கொண்டு பிரிக்கப்பட்டுள்ளன.

இப்போதைய நடைமுறையில், பொதுவாக நிலத்தை நான்கு வகைகளாகப் பிரிக்கிறார்கள். அதற்கேற்றாற் போல் பட்டா வழங்கப்படுகிறது.

1. நஞ்சை நிலம் – தண்ணீர் பாய்கிற விளை நிலங்கள் / வயல்கள்.
2. புஞ்சை நிலம் – தண்ணீர் பாயாத மேட்டு நிலங்கள்.
3. நத்தம் – வீட்டுமனை நிலங்கள்.
4. புறம்போக்கு – அரசிற்குச் சொந்தமான நிலங்கள். தரிசு நிலம், மயானம், கரடு போன்ற நிலங்கள்.

நத்தம் என்ற சொல்லுக்கு 'குடியிருப்புப் பகுதி' என்று பொருள். கிராம நத்தம் என்று குறிப்பிடப்படும் நிலம் கிராமத்தில் இருக்கும் குடியிருப்பிற்கு ஒதுக்கப்பட்ட நிலம் ஆகும். அதே போல நத்தம் புறம்போக்கு என்றால், குடியிருப்புப் பகுதிகளில் உள்ள புறம்போக்கு நிலங்களைக் குறிக்கும்.

புறம்போக்கு நிலங்களை 120 வகைகளாகப் பிரித்துள்ளனர் என்பது கூடுதல் தகவல். புறம்போக்கு என்ற சொல்,

சோழர்கள் காலத்தில் இருந்து பயன்படுத்தப்பட்டு வருகிறது. வருவாய் ஆவணங்களுக்கு வெளியே (புறம்) உள்ள போக்கு நிலங்கள் என்பதுதான் இந்தச் சொல்லின் விளக்கம். அதாவது அரசோ அல்லது அரசனோ இந்த நிலங்களில் இருந்து எந்த வரியையும் எதிர்பார்க்க முடியாது என்பதால் இவ்வாறு அழைக்கப்பட்டது.

> பொதுவாக வேளாண் நிலங்களை நஞ்சை, புஞ்சை, மானாவாரி, தரிசு என்று பிரிப்பார்கள். குடியிருப்புப் பகுதிகளை நத்தம் என வகைப்படுத்துவார்கள்.

நடைமுறையில் நிலங்களை நூற்றுக்கணக்கான முறையில் பிரித்துள்ளனர். அவற்றில் முக்கியமான சிலவற்றைக் கீழே குறிப்பிட்டுள்ளேன். இவை அனைவருக்கும் பயன்படாது. எனினும் ஒரு சிலருக்கு உதவக்கூடும். இத்தனை பெயர்களையும், இப்போதைக்கு அறிந்துகொள்ள வேண்டாம் என எண்ணுபவர்கள் இதனைக் கடந்து அடுத்த பகுதியான பட்டாவின் வகைகளில் இருந்து தொடரலாம்.

1. ஆற்று வைப்பு – ஆற்றின் ஒதுக்கத்தால் சாகுபடி ஆகும் நிலங்கள்
2. அருக்கக் கொல்லை – ஆற்றோரத்தில் உள்ள நிலம்
3. படுகை – ஆற்றோர நிலம்
4. கரைவழி — ஆற்றோர நிலம்
5. காற்புரவு – ஆற்றுப்பாய்ச்சல் நிலம்
6. வெளிவாய்ப் படுகை – ஆறு, குளங்களை அடுத்து புறம்பாக உள்ள நிலம்
7. இறைப்புப் பட்டறை – கிணற்றுப்பாய்ச்சல் உள்ள நிலம்
8. ஏற்றப் பட்டறை – ஏற்றமிட்டு இறைக்கும் கிணற்றைச் சூழ்ந்த நிலம்
9. தூர்வை – கிணற்றைச் சேர்ந்த நிலம்
10. ஆயக்கட்டு — ஒரு நீர்நிலையை ஆதாரமாகக் கொண்ட நிலம்
11. நன்செய் நிலம் – நீர்வளம் நிறைந்துள்ள நிலம்
12. புன்செய் நிலம் – வானம் பார்த்த நிலம், கொல்லை நிலம், பாசன வசதி கொண்ட நிலம்
13. அளக்கர் திணை – கடலாற் சூழப்பட்ட நிலம்
14. வானம் பார்த்த நிலம் – மழைநீரால் சாகுபடி செய்யப்படும் நிலம்

15. எரங்காடு - பருத்தி விளையும் புன்செய் நிலம்
16. நாற்றங்கால் - விதைகளை விதைத்து நாற்று பயிரிடும் நிலம்
17. சாட்டி - அறுவடையான பின்பு உழாது கிடக்கும் இடம், உரமிடப்பட்டிருக்கும் நிலம்
18. குளக்கீர் - குளத்தில் மதகையடுத்துள்ள வயல், குளம் பார்த்த வயல்
19. நகரி - அரசுக்குரிய புறம்போக்கு
20. பெரும்பேறு - அரசுக்குரிமையான நிலம்
21. சூன் - புறம்போக்கு நிலம்
22. குடிவார நிலம் - குடிகளுக்குப் பயிரிடும் உரிமையுள்ள நிலம்
23. பள்ளத்தாக்கு - இரண்டு மேடுகளுக்கு இடையே உள்ள நிலம்
24. பள்ளம் - பள்ளத்தில் உள்ள நிலம், தாழ்ந்த நிலம்
25. தில்லியம் - புதிதாகத் திருத்தப்பட்ட விளைபுலம்
26. உறாவரை - பிறர் உள்ளே வராத எல்லை உள்ள நிலம்
27. எடார் - வெளிநிலம்
28. செய்யுள் - விளை நிலம்
29. தொய்யில் - உழுநிலம்
30. செறிப்பு - உழுநிலம்
31. பண்ணை - வயல்
32. செந்திரம் - செய்தல் நிலம்
33. பாசல் - பசிய விளைநிலம்
34. நன்னிலம், நன்செய் - நெல் விளையும் புலம்
35. படப்பு - கொல்லை
36. துடவை - உழவுக்கொல்லை
37. விதைப்புனம் - புதுக்கொல்லை
38. முதை - பழங்கொல்லை
39. பின்னை - வீட்டுக்கொல்லை
40. திருத்து - நன்செய் நிலம்
41. தாக்கு - நெல்வயல்
42. வற்புலம் - மேட்டு நிலம்
43. தகர், தராய் - மேட்டு நிலம்

44. கருஞ்செய் – நன்செய் நிலம்
45. காங்கவீனம் — தினை விளையும் நிலம்
46. மலைப்புனம் – தினை விளையும் நிலம்
47. தினைப்புனம் — தினை விளையும் நிலம்
48. சேற்றுப்புழி – உழப்பட்ட நிலம்
49. விரைகால் — விதைக்குரிய நிலம்
50. தடி – சிறுவயல்
51. காணியாட்சி – உரிமை நிலம்
52. காடாரம்பம் – நீர்ப்பாசனம் இல்லாத நிலம்
53. வட்டகை – அடைப்பு நிலம்,
54. எகபலி – ஒருபோக நிலம்
55. ஓராண் காணி – ஒருவனுக்கே உரிய நிலம்
56. பங்குக் காணி – கூட்டுப்பாங்கான நிலம்
57. மஞ்சள் காணி – மகளுக்குச் சீதனமாகத் தரும் நிலம்
58. கல்லாங்குத்து – கற்கள் மிகுந்துள்ள நிலம்
59. செம்பாட்டு நிலம், செவல் காடு – செம்மண் நிலம்
60. மேய்ச்சல் நிலம் – கால்நடைகள் மேயும் நிலம்
61. கீழ்மடை – மழைநீர்/வாய்க்கால் இறுதியாகச் சென்று பாயும் நிலம்
62. கொத்துக்காடு – கொத்திப்பயிர் செய்ய ஏதுவான நிலம்
63. தோட்டக்கால் – கிணற்றுப் பாசனம் மூலம் சாகுபடி செய்யப்படும் நிலம்
64. செய்கால் – சாகுபடி செய்யப்படும் நிலம்
65. நதிமாதுருகம் – ஆற்றுப்பாய்ச்சல் உள்ள நிலம்
66. நீராரம்பம் – நீர்ப்பாசன வசதியுள்ள நிலம்
67. நீர்நிலம் – நன்செய் நிலம்
68. மானாவாரி – மழை நீரை நம்பியுள்ள நிலம்
69. மேட்டாங்காடு – மழையை நம்பியுள்ள மேட்டு நிலம்
70. வறும்புனம் – அறுவடைக்குப் பிறகான புஞ்சை நிலம்
71. விளைநிலம் – பயிர் செய்ய ஏதுவான நிலம்
72. தகர் – மேட்டு நிலம்
73. தண்பணை – மருத நிலம்
74. சுரம் – வறண்ட நிலம்

75. வறு நிலம் — ஒன்றுக்கும் உதவாத நிலம்
76. மெல்லம்புலம்பு – கடல் சார்ந்த இடம்
77. மென்பால் – கடலும், வயலும் உள்ள பகுதி
78. சுவாஸ்தியம் – பரம்பரையாக வரும் நிலம்
79. தரிசு – சாகுபடி செய்யப்படாமல் இருக்கும் நிலம்
80. புன்புலம் – தரிசு நிலம்
81. முதைப்புனம் – நெடுங்காலம் பயன்பாட்டில் உள்ள நிலம்
82. புன்னிலம் – வறண்ட, பயனற்ற நிலம்
83. வன்பார் – இறுகிய பாறை நிலம்
84. வன்பால் – பாலை நிலம்
85. பயிரிலி – தரிசு நிலம்
86. போடுகால் – தரிசு நிலம்
87. புறம் – இறையிலி நிலம்
88. மானியம் – இலவசமாகத் தரப்படும் நிலம்
89. சாந்துப்புறம் – அரசனுக்குச் சந்தனம் கொடுப்பதற்காக விடப்பட்ட இறையிலி நிலம்
90. படிப்புறம் – கோவில் அர்ச்சகருக்கு வழங்கப்படும் மானிய நிலம்
91. மடப்புறம் – மடத்திற்காகத் தரப்பட்ட மானிய நிலம்
92. புறம்போக்கு – சாகுபடிக்கு உதவாத நிலம்
93. பூசாவிருத்தி – கோயிலுக்கு விடப்பட்ட மானிய நிலம்
94. புறவு – முல்லை நிலம்

பட்டாவின் வகைகள்

பட்டாவின் பயன்பாடு, உரிமை — இப்படிச் சில விஷயங்களின் அடிப்படையில் பட்டாவானது வேறு வேறு வகைகளில் அழைக்கப்படுகிறது. அவற்றைப் பற்றித் தெரிந்துகொள்வோம்.

நில உரிமை அடிப்படையிலான பட்டாக்கள்

தனி பட்டா

உரிமையின் அடிப்படையில் சொல்லப்படும் பெயர் இது. ஒரு நிலத்துண்டானது ஒரு தனி நபரின் பெயரில் இருக்கும்படி வழங்கப்படும் பட்டா, தனிப்பட்டா ஆகும்.

கூட்டு பட்டா

இதனை வங்கியில் உள்ள ஜாயிண்ட் அக்கவுண்ட் உடன் ஒப்பிடலாம். ஒன்றுக்கு மேற்பட்ட நபர்களுக்கு ஒரு நிலம் சொந்தமாக இருக்கும்போது, வழங்கப்படும் பட்டா, கூட்டுப்பட்டா எனப்படும்.

ஓர் உதாரணத்தைப் பார்க்கலாம்.

சாந்தன் என்பவருக்கு 4,000 சதுர அடி நிலம் சொந்தமாக உள்ளது. (சர்வே எண் 210/1 என வைத்துக்கொள்வோம்.) அவர் இறந்த பின்னர் அவரது வாரிசுகளான முருகன், கந்தன், செழியன், லட்சுமி ஆகிய நால்வருக்கும் 4,000 சதுர அடி நிலம் சொந்தமாகிறது. இப்போது அவர்கள் நால்வரும் இணைந்து கூட்டுப்பட்டா பெற்றுக்கொள்ளலாம். அவர்கள் நால்வரின் பெயரும் அந்த பட்டாவில் இருக்கும்.

பின்னர் சில வருடங்கள் கழித்து பாகப்பிரிவினையாக அனைவருக்கும் 1,000 சதுர அடி என்று பிரித்துக்கொள்கிறார்கள். இப்போது அவர்கள் முறைப்படி விண்ணப்பித்தால் இந்த 1,000 சதுர அடிக்குள்ள நிலத்தை முறையாக அளந்து அதனைக் கிராம வரைபடத்தில் குறித்துவிடுவார்கள்.

இப்போது மேற்குறிப்பிட்ட சர்வே எண்ணானது 210/1A, 210/1B, 210/1C, 210/1D எனப் பிரியும். இதனை சப் டிவிஷன் செய்வது எனச் சொல்வார்கள். இவ்வாறு சப் டிவிஷன் செய்தபின் முருகன், கந்தன், செழியன், லட்சுமி நால்வருக்கும் அவரவர் பெயரில் தனிப்பட்டா கிடைக்கும்.

நிலத்தின் தன்மை மற்றும் இதர விஷயங்கள் அடிப்படையிலான பட்டாக்கள்

யு.டி.ஆர். பட்டா (UDR – Updating Data Registry)

1979லிருந்து 1989 வரை தமிழகத்தில் ஒரு பெரிய அளவிலான நில சர்வே செய்யப்பட்டது. நேரடியான கள ஆய்வுகளும் செய்யப்பட்டன.

இதன்மூலம் அதற்கு முன்புவரை இருந்த அனைத்து நில உரிமை ஆவணங்களையும் முறைப்படுத்தி, ஒழுங்குபடுத்தப்பட்டு பட்டா வழங்கப்பட்டது.

1984லிருந்து சரிசெய்யப்பட்ட ஆவணம் மற்றும் சர்வேக்களின் அடிப்படையில் யு.டி.ஆர். பட்டா வழங்கப்பட்டது. அதற்கு முன் வழங்கப்பட்ட பட்டாக்கள் செல்லாது என அறிவிக்கப்பட்டது.

நத்தம் தோராய பட்டா

நத்தம் என்றால் குடியிருப்புப்பகுதி என்று பொருள். மக்களின் குடியிருப்புப் பகுதிக்காக ஒதுக்கப்பட்ட நிலத்தை நத்தம் நிலப்பகுதி என்றழைப்பார்கள்.

யு.டி.ஆர். சர்வேயில் நத்தம் நிலம் தவிர்த்த மற்ற நிலப்பகுதிகளை மட்டுமே அளந்து பட்டியலிட்டார்கள். நத்தம் பகுதியில் உள்ள நிலங்களைத் தனித்தனி மனைகளாகப் பிரித்து வழங்கப்பட்ட பட்டா, நத்தம் நிலவரித் திட்ட தோராய பட்டா ஆகும். இந்த பட்டாவினில் ஏதேனும் பிழைகள் இருந்தால் அதனைச் சரிசெய்வதற்குக் கால அவகாசம் கொடுக்கப்படும். இது ஒரு தற்காலிகமான பட்டா ஆகும்.

தூய பட்டா

தோராய பட்டாவில் உள்ள அனைத்துப் பிழைகளையும் சரிசெய்து வழங்கப்படும் பட்டாதான், நத்தம் நிலவரித் திட்ட தூய பட்டா ஆகும்.

ஏடி கண்டிசன் பட்டா

பழங்குடியினர் மற்றும் ஆதிதிராவிடர்கள் நல மேம்பாட்டுக்காக அரசு இலவசமாகக் கொடுக்கும் மனைகளுக்கு வழங்கப்படும் பட்டா, ஏடி கண்டிசன் பட்டா ஆகும். இதில் சில முக்கிய நிபந்தனைகள் விதித்து வழங்கப்படுவதால் இதனை கண்டிசன் பட்டா என்கிறார்கள்.

இதில் உள்ள முக்கிய நிபந்தனைகளில் ஒன்று, பட்டா பெறும் நபர் இந்த நிலத்தை 30 வருடங்களுக்கு (இப்போது 10 வருடங்கள் ஆக்கப்பட்டுள்ளது.) விற்கவோ, அடமானம் வைக்கவோ கூடாது. அப்படியே செய்தாலும் அது சட்டப்படி செல்லாது.

அதேபோல, இந்த நிலங்களைப் பஞ்சமி நிலங்கள் என வகைப்படுத்துவார்கள். பஞ்சமி நிலங்களைப் பழங்குடியினர் மற்றும் ஆதிதிராவிடர்கள் மட்டுமே உரிமை கொண்டாட இயலும். அதாவது அவர்களுக்குள் மட்டும்தான் விற்கவோ வாங்கவோ இயலும்.

டி கார்டு கண்டிசன் பட்டா

ஏடி கண்டிசன் பட்டாவைப் போல் இதுவும் இலவசமாக வழங்கப்படும் பட்டாதான். ஆனால் இது சாதி மத பாகுபாடு இல்லாமல், பிற்படுத்தப்பட்ட ஏழை மக்கள், நலிவுற்றவர்கள்,

முன்னாள் ராணுவ வீரர்கள், திருநங்கைகள் போன்ற பலருக்கு இலவசமாக வழங்கப்படும்.

இந்த பட்டாவிலும் குறிப்பிட்ட காலத்திற்கு நிலத்தை விற்க இயலாது போன்ற சில நிபந்தனைகள் இருக்கும்.

தூசி பட்டா

உண்மையில் இது 2C பட்டா ஆகும். பேச்சுவழக்கில் இது தூசி பட்டா என அழைக்கப்படுகிறது.

அரசு நிலங்களில் உள்ள புளியமரங்கள், பனை மரங்கள் மற்றும் காய் கனி தரும் இதர மரங்களைப் பராமரிக்கவும் அனுபவித்துக் கொள்ளவும் வழங்கப்படும் பட்டா இது.

கிராம கணக்கில் 2ம் நம்பர் புத்தகத்தில் C பதிவேட்டில் இந்தக் கணக்குகள் பராமரிக்கப்படுவதால் இது 2C பட்டா என அழைக்கப்பட்டது.

சில இடங்களில் இதனை மர பட்டா என்றும் சொல்லுவார்கள்.

டி.எஸ்.எல்.ஆர். எக்ஸ்ட்ராக்ட் (Town Survey Land Record Extract)

நகராட்சி மற்றும் மாநகராட்சிப் பகுதிகளில் உள்ள நிலத்தை, நகர சர்வேயர்கள் சர்வே செய்து உருவாக்கும் ஆவணத்தில் இருந்து கொடுக்கப்படுவது டி.எஸ்.எல்.ஆர். எக்ஸ்ட்ராக்ட் ஆகும். இது பட்டாவுக்கு இணையானது.

நகர்ப்பகுதிகளில் நிலத்தின் மதிப்பு அதிகம் என்பதால், அதிகப்படியான கவனத்தோடு சர்வே செய்து பிழைகள் இல்லாமல் அல்லது மிக மிகக் குறைந்த சதவிகித அளவில் மட்டுமே பிழைகள் இருக்கும்படி உருவாக்கப்படுவது டி.எஸ்.எல்.ஆர். ஆவணம் ஆகும்.

சிட்டா

பல பட்டாக்களின் தொகுப்புப் பதிவேடுதான் சிட்டா ஆகும். ஒரு சர்வே எண்ணில் உள்ள நிலத்தை யார் யாருக்குப் பிரித்துக் கொடுக்கப்பட்டிருக்கிறதோ அதன் விவரம் மற்றும் அது தனிப்பட்டாவா கூட்டுப்பட்டாவா போன்ற விவரங்கள் இதில் பதியப்பட்டிருக்கும். மேலும் பட்டா எண், சர்வே எண், கிராமத்தின் பெயர், தாலுகா, மாவட்டம், உரிமையாளரின் பெயர் (தந்தையின் பெயருடன்) முதலிய விவரங்கள் விரிவாகக் குறிக்கப்பட்டிருக்கும்.

ஒரு கிராமத்தில் உள்ள அனைத்து பட்டாக்களின் விவரமும் இதில் முறைப்படி தொகுக்கப்பட்டிருக்கும். இது கிராம நிர்வாக அலுவலரால் (Village Administration Officer – VAO) பராமரிக்கப்படுவது. இதன் நகலானது தாலுகா அலுவலகத்தில் பராமரிக்கப்படும். தற்போது இதனை வருவாய்த்துறை இணையத்தளத்தில் தரவிறக்கம் செய்யும் வசதியும் உள்ளது.

ஒரு பத்திரத்தை உண்மையா இல்லை பொய்யா என்று சோதித்துப்பார்க்க வில்லங்கச் சான்றிதழ் வாங்கி பார்ப்பது போல, ஒரு பட்டா உண்மையானதா அல்லது போலியா எனப் பார்க்க சிட்டா உதவுகிறது.

அடங்கல்

ஒரு கிராமத்தில் உள்ள அனைத்து நிலங்களின் விவரம் அடங்கிய பதிவேட்டை அடங்கல் எனக் குறிப்பிடுகிறார்கள்.

ஒரு குறிப்பிட்ட நிலத்தில் என்ன இருக்கிறது என்று பதிவு செய்யும் ஆவணம் அடங்கல் ஆகும். இது ஆண்டு வாரியாகப் பராமரிக்கப்படுகிறது. விவசாயப் பயிர்களின் விவரம், அறுவடை நாள் மற்றும் மாதம், சாகுபடி விவரம், மரம், செடிகள் போன்றவற்றினை இந்தப் பதிவேட்டில் பதிந்து வைப்பார்கள்.

சிட்டாவும், அடங்கலும் ஒரே ஆவணம்தானே என்ற குழப்பம் இருக்கும். ஆனால் இரண்டும் வெவ்வேறு என்பதனைப் புரிந்து கொள்ளுதல் வேண்டும். சிட்டா என்பது பட்டா விவரங்களின் தொகுப்பு. ஆனால் அடங்கல் என்பது அனுபவத்தின் அடிப்படையில் ஆண்டுதோறும் பதிவுசெய்யப்படும் ஆவணம்.

உதாரணமாக, கோபி என்பவரின் பெயரில் பட்டா உள்ள நிலத்தில், பாபு என்பவர் பயிர் செய்து கொண்டிருந்தால் அடங்கலில் பாபுவின் பெயரும், பயிர் விவரங்களும்தான் வரும். விவசாயக் கடன்கள் கேட்டு வங்கியை அணுகினால் அடங்கல் முக்கியமான ஆவணமாக இருப்பது இதனால்தான். அதே போலத்தான் அரசுக்குரிய புறம்போக்கு நிலங்களில் யாரேனும் பயிரிட்டால் அவர்களின் பெயர்தான் அடங்கலில் வரும். பின்னாட்களில் அவர் அனுபவ அடிப்படையில் பட்டா கோரி அரசிடம் விண்ணப்பிக்கும் வேளையில் அடங்கல்தான் முக்கியச் சான்றாக இருக்கும்.

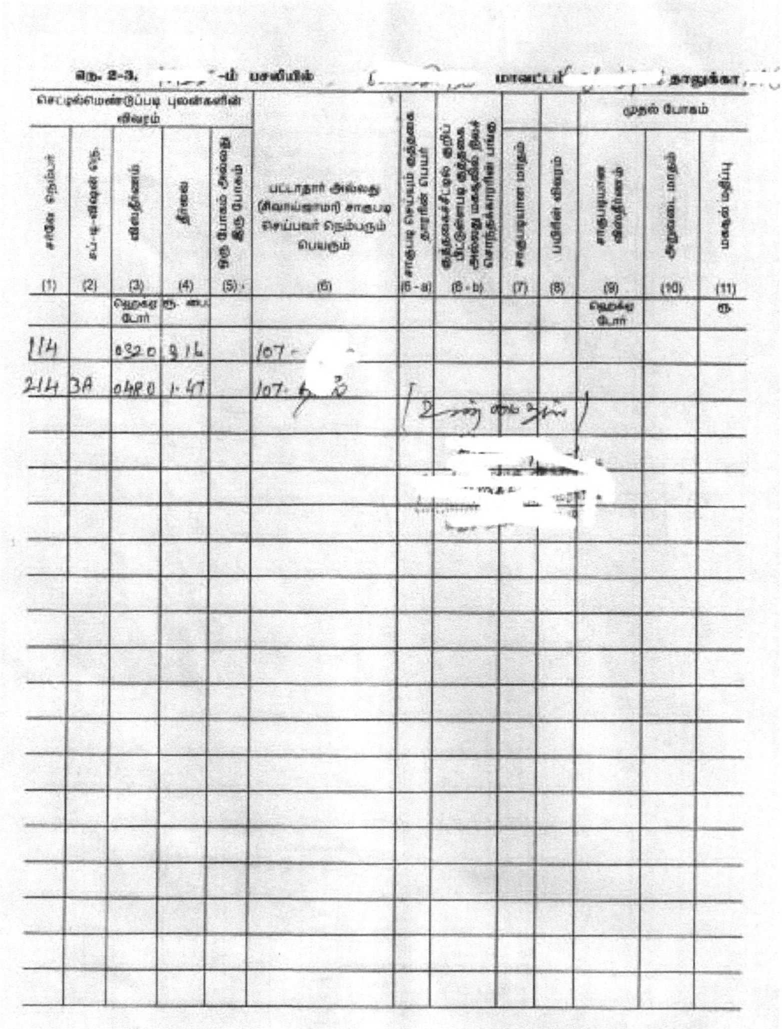

நெ. 2-3. -ம் பசலியில் மாவட்டம் தாலுக்கா,

செட்டில்மெண்டுப்படி புலன்களின் விவரம்										முதல் போகம்		
சர்வே நெம்பர்	சப்-டிவிஷன் நெ.	விஸ்தீர்ணம்	தீர்வை	ஒரு போகம் அல்லது இரு போகம்	பட்டாதார் அல்லது (சிவாய்ஜாமா) சாகுபடி செய்பவர் நெம்பரும் பெயரும்	சாகுபடி செய்யும் குத்தகை தாரரின் பெயர்	குத்தகைச்சீட்டில் குறிப்பிட்டுள்ளபடி குத்தகை அல்லது மகசூலில் நிலச் சொந்தக்காரரின் பங்கு	சாகுபடியான மாதம்	பயிரின் விவரம்	சாகுபடியான விஸ்தீர்ணம்	அறுவடை மாதம்	மகசூல் மதிப்பு
(1)	(2)	(3)	(4)	(5)	(6)	(6-a)	(6-b)	(7)	(8)	(9)	(10)	(11)
		ஹெக்ஏர் போர்	ரூ. பை							ஹெக்ஏர் போர்		ரூ.
1/4		0320	3.16		107-							
2/4	3A	0480	1.47		107-							

புலப்படம் / எஃப்.எம்.பி. (Field Measurment Book Sketch)

எஃப்.எம்.பி. என்பது கிராமத்தில் இருக்கும் அனைத்து சர்வே எண்களுக்கும் வரையப்பட்ட வரைபடங்களின் தொகுப்பு ஆகும். ஒவ்வொரு சர்வே எண்ணிற்கும் சரியான அளவுகள் குறிக்கப்பட்டு வரையப்பட்டிருக்கும். அதே போல அந்த சர்வே எண்ணில் உள்ள வீடு, கிணறு, வாய்க்கால் போன்றவையும் இதில் குறிக்கப்பட்டிருக்கும். இதன் மூலம் ஒரு நிலத்துண்டின் அமைப்பையும் அளவையும் எளிதாக அளந்து கொள்ளலாம்.

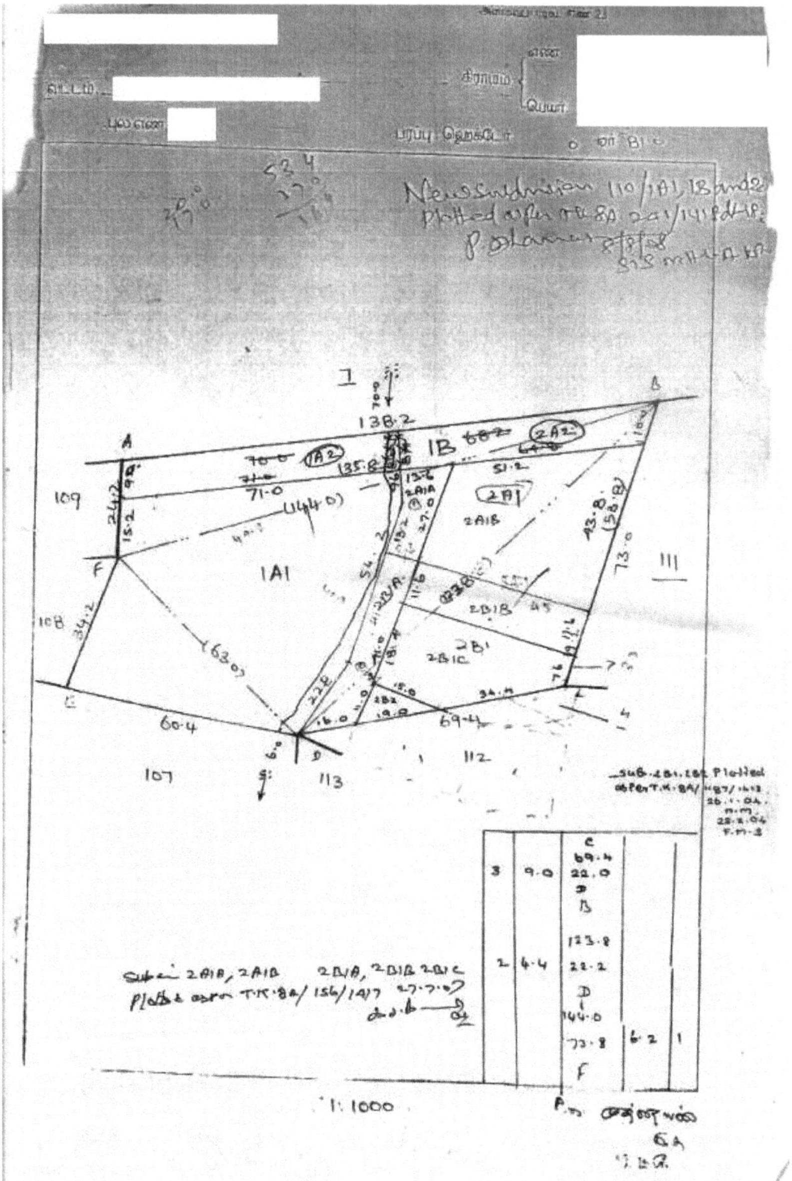

இதனைக் கிராம நிர்வாக அலுவலகத்தில் பெற்றுக் கொள்ளலாம் அல்லது அவற்றை வருவாய்த் துறையினரின் இணையத்தளத்திலும் தரவிறக்கம் செய்துகொள்ளலாம்

இந்த வரைபடத்தில் சர்வே எண்கள் மட்டுமே குறிக்கப்பட்டிருக்கும், உரிமையாளரின் பெயர் இருக்காது.

கிராம வரைபடம் (VILLAGE MAP)

கிராமத்தில் உள்ள அனைத்து சர்வே எண்களின் கூட்டு வரைபடமே கிராம வரைபடம் ஆகும். இதில் சர்வே எண்களின் அளவுகள் குறிப்பிடப்பட்டிருக்காது. மாறாக சர்வே எண்களின் அமைப்பும் இருப்பும் வரையப்பட்டிருக்கும். சர்வே எண்களின் உட்பிரிவுகள் குறிப்பிடப்பட்டிருக்காது. சாலைகள், குளங்கள், கோவில்கள் போன்ற அனைத்து விவரங்களும் பதிவு செய்யப்பட்டிருக்கும்.

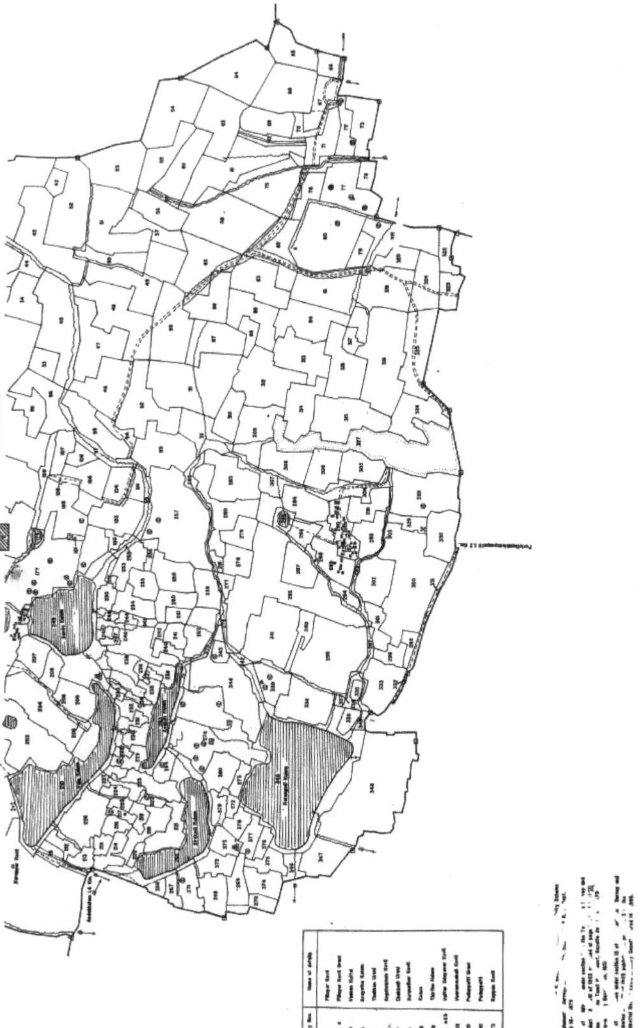

அ-பதிவேடு (A-Register):

அ—பதிவேடு என்பது கிராம நிர்வாக அலுவலரால் பராமரிக்கப்படும் குறிப்பேடு.

ஒவ்வொரு நிலத்துண்டின் பரிமாற்றங்களும் இதில் பதியப்படும். பொதுவாக, சிட்டா விவரங்கள் அனைத்தும் இதில்தான் பதியப்படும்.

பழைய சர்வே எண், புதிய உட்பிரிவு, நிலத்தின் வகைப்பாடு, பட்டா எண் மற்றும் உரிமையாளர் பெயர், நிலத்தின்

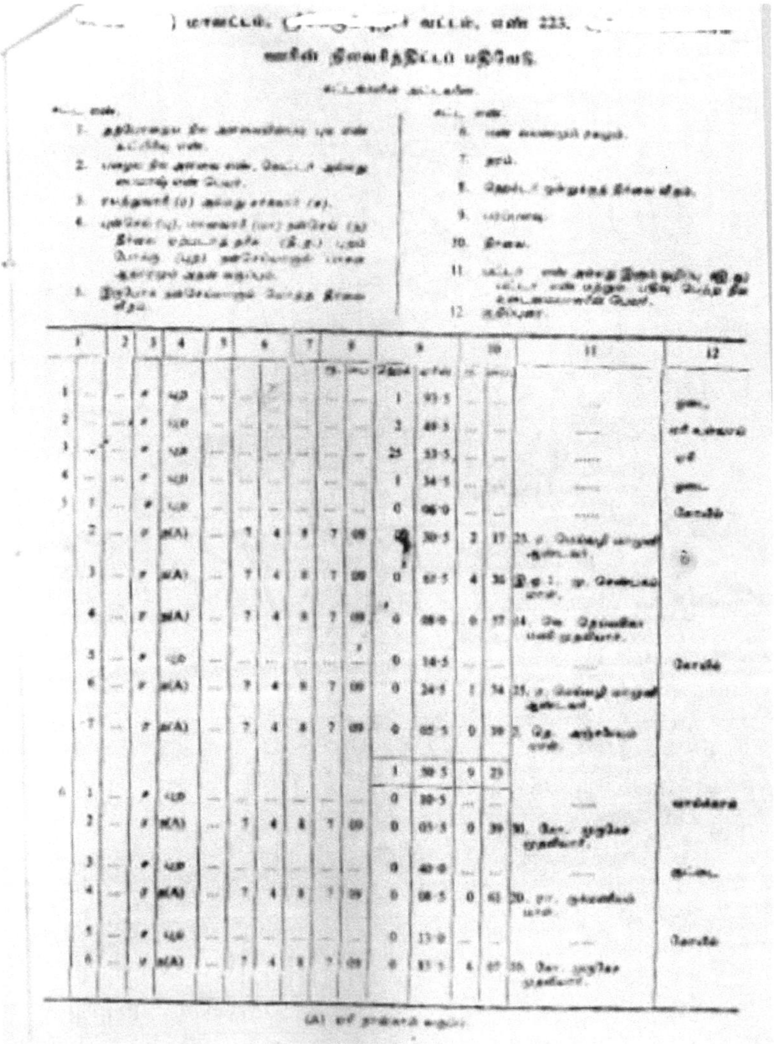

பரப்பு மற்றும் அதன் தீர்வை ஆகிய விவரங்கள் இதில் பராமரிக்கப்படும்.

நில அளவைத்துறை மற்றும் நிலவரித் திட்டத்துறை என்று இரண்டு பிரிவுகளாக சர்வே துறையானது செயல்படுகிறது.

எஃப்.எம்.பி., வில்லேஜ் மேப் போன்ற அளவை சார்ந்த விஷயங்கள் நில அளவைத் துறையினரால் மேற்கொள்ளப்படுகின்றது.

அ—பதிவேடு என்பது நிலவரித் திட்டத் துறையினரால் பராமரிக்கப்படுகிறது.

இரண்டு வகையான அ—பதிவேடுகள் உள்ளன. ஒன்று நிலையான அ—பதிவேடு, மற்றொன்று மாறுபடக்கூடிய அ—பதிவேடு. நிலையான அ—பதிவேடு என்பது 1987ம் ஆண்டு நிலவரித் திட்டக் காலத்தில் ஏற்படுத்தப்பட்டது. இதில் மாறுதல்கள் எதுவும் பதிவு செய்யப்படாது. மாறுபடக்கூடிய அ—பதிவேடு என்பது அவ்வப்போது ஏற்படும் நில மாறுதல்களைப் பதிவு செய்யும் பதிவேடு ஆகும்.

பொதுவாக அ—பதிவேடானது வட்டாட்சியர் மற்றும் கிராம நிர்வாக அலுவலர்கள் இருவரிடமும் இருக்கும்.

பசலி

பசலி என்பது ஓர் அரேபிய வார்த்தை. அதற்கு அறுவடை என்று பொருள். முகலாயர்கள் காலத்தில் அறிமுகப்படுத்தப்பட்ட ஒரு நில ஆவணம் இது.

பொதுவாக ஒரு பசலி வருடம் என்பது நாம் பின்பற்றும் ஆங்கில நாள்காட்டியில் ஜுலை மாதத்தில் ஆரம்பித்து அடுத்த வருடத்தின் ஜுன் மாதத்தில் முடிவடையும்.

அதே போலப் பசலி வருடம் என்பது முகலாயர்களின் ஆண்டை அடிப்படையாகக் கொண்டது. அதற்கும் நமது ஆங்கில நாட்காட்டிக்கும் 590 வருடங்கள் வித்தியாசம் இருக்கும். அதாவது 1390ம் வருட பசலி என்பது ஜுலை 1980 (1390+590) முதல் ஜுன் 1981 வரை உள்ள காலகட்டம் ஆகும்.

மின்சேவை இணையத்தளம்

தற்போது பட்டா, எஃப்.எம்.பி., அ—பதிவேடு போன்ற விவரங்களைத் தமிழக அரசின் இணையத்திலேயே பதிவிறக்கம் செய்யும் வசதியுள்ளது.

மாவட்டம், வட்டம், கிராமம், சர்வே எண், உட்பிரிவு எண் ஆகிய விவரங்களை உள்ளிட்டு உங்களுக்குத் தேவையானவற்றைப் பதிவிறக்கம் செய்துகொள்ள முடியும்.

அதற்கான இணைப்பு: https://eservices.tn.gov.in/eservicesnew/home.html

மின்சேவை முகப்புப் பக்கம்

மேற்கண்ட இணைப்பில் உள்நுழைந்தால் மின்சேவையின் முகப்புப் பக்கம் திறக்கும்.

இதன் முகப்புப் பக்கத்தில் பட்டா, புலப்படம், சிட்டா, அ—பதிவேடு போன்றவற்றைப் பார்வையிடுவதற்கான இணைப்பு குறிக்கப்பட்டிருக்கும்

பட்டா, புலப்படம், சிட்டா தரவிறக்கம் செய்யும் பக்கம்

முகப்புப் பக்கத்தில் உள்ள இணைப்பின் மூலம் உள்ளே சென்றால் ஒரு புதிய பக்கம் திறக்கும்.

அதில் மாவட்டம், வட்டம், கிராமம், பட்டா எண் / புல எண் போன்ற தேவைப்படும் விவரங்களைக் கொடுத்து, பட்டா அல்லது புலப்படத்தைத் தரவிறக்கம் செய்யலாம்.

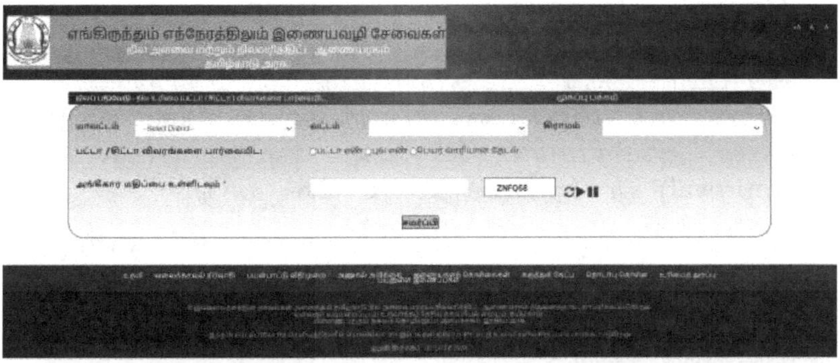

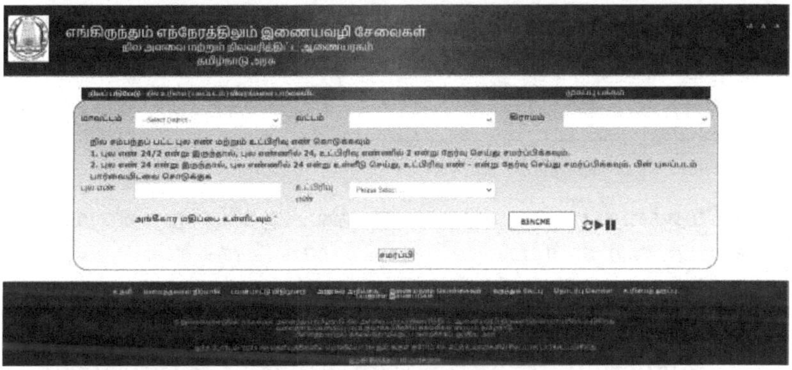

அ-பதிவேடு தரவிறக்கம் செய்யும் பக்கம்

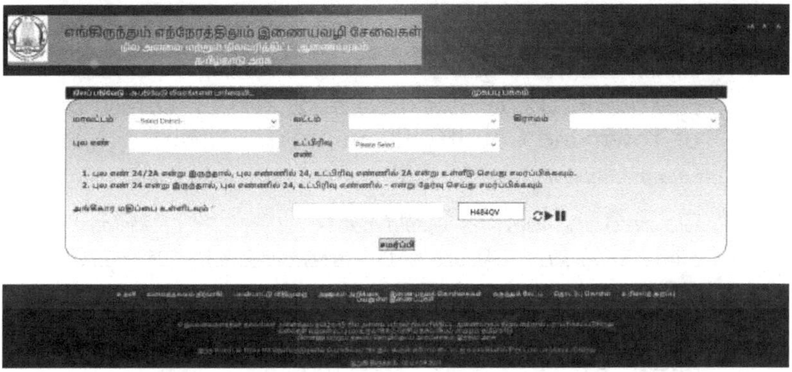

7. வீட்டுமனை அங்கீகாரம்

நிறைய இடங்களில் பஞ்சாயத்து அப்ரூவல் பெற்ற பிளாட் எனச் சொல்லி வீட்டு மனைகள் விற்கப்படுவதைக் காணலாம். உண்மையைச் சொன்னால் எந்தப் பஞ்சாயத்துத் தலைவருக்கும் வீட்டு மனை அங்கீகாரம் / லே அவுட் அப்ரூவல் (Lay out Approval) தர நேரடி அதிகாரம் கிடையாது.

கட்டட அப்ரூவல் (Building Plan approval) என்பது வேறு, லே அவுட் அப்ரூவல் என்பது வேறு. இரண்டுக்கும் அனுமதி பெறும் வழிமுறைகளும், அனுமதி தரும் ஆட்களும் வேறு வேறு.

ஒரு நிலத்தை பிளாட்களாகப் (Plots) பிரித்து விற்கும்போது லே அவுட் அப்ரூவல் என்பது மிக முக்கியம். அப்படி வாங்கிய பிளாட்டில் நாம் வீடு அல்லது கட்டடம் கட்டும்போது கட்டட அனுமதி வாங்க வேண்டும்.

தமிழகத்தைப் பொறுத்தவரை நில அங்கீகார அனுமதி நடைமுறை என்பது மூன்று விதமாக இருக்கும்.

1. சென்னைக்குள் உள்ள நிலங்களுக்கு சி.எம்.டி.ஏ. (CMDA-Chennai Metropolitan Development Authority) என்ற துறையின் மூலம் அனுமதி வாங்க வேண்டும்.

2. சென்னையைத் தவிர்த்த பிற பகுதிகளில், பிரிக்கப்படும் நிலம் 10 ஏக்கருக்கு அதிகமாக இருப்பின் நேரடியாக டி.டி.சி.பி. (DTCP-Directorate of Town and Country Planning) துறையில் அனுமதி பெற வேண்டும்.

3. சென்னையைத் தவிர்த்த பிற பகுதிகளில், பிரிக்கப்படும் நிலம் 10 ஏக்கருக்குக் குறைவாக இருப்பின் எல்.பி.ஏ. (LPA-Local Planning Authority) எனப்படும் டி.டி.சி.பி.யின் துணை அமைப்பின் மூலம் அனுமதி பெற வேண்டும்.

இந்த மூன்று அனுமதிகளில் ஏதேனும் ஒரு முறையான அனுமதி பெற்ற நிலம் மட்டுமே தற்போது பதிவதற்கு அனுமதிக்கப்படும்.

2016ம் அண்டுக்கு முன்னால் அங்கீகாரம் பெறாத மனைகளைப் பதிவு செய்வதில் எந்தச் சிக்கலும் இருக்கவில்லை. எனவே விவசாய நிலங்களை வீட்டு மனைகளாக மாற்றி விற்க ஆரம்பித்தனர். இது தொடர்பாக ஒரு பொதுநல வழக்கு உயர்நீதிமன்றத்தில் தொடரப்பட்டது.

அதன் தொடர்ச்சியாக செப்டம்பர் 9, 2016 அன்று விவசாய நிலங்களை வீட்டு மனைகளாக மாற்றிப் பத்திரம் பதியவும் அங்கீகாரமில்லாத மனைகளைப் பத்திரப் பதிவுசெய்யவும் தடைவிதித்து உயர் நீதிமன்றம் உத்தரவிட்டது. அதன் பின்னர், 20.10.2016க்கும் முன் பத்திரப்பதிவு செய்திருந்த மனைகளை மறுபதிவு செய்துகொள்ளலாம் என்றும் ஒரு விளக்கம் அளித்தது.

பின்னர் இந்த வழக்கின் தொடர்ச்சியில் சில காலம் இந்த உத்தரவு நிறுத்தி வைக்கப்பட்டு, அதன் பின்னர் மீண்டும் நடைமுறைக்குக் கொண்டு வரப்பட்டது.

குழப்பம் தவிர்ப்பதற்காக, 04.05.2017 அன்று அரசு அங்கீகாரம் பெறாத மனைப்பிரிவுகள் மற்றும் தனிமனைகளை வரைமுறைப்படுத்துவதற்கான விதிமுறைகள் அடங்கிய அரசாணையைத் தமிழக அரசு வெளியிட்டுள்ளது.

இதன்படி அங்கீகாரம் பெறாத மனைகளுக்கான அங்கீகாரம் பெறுவதற்கு ரூபாய் 500 கட்டணத்துடன் ஆன்லைனில் விண்ணப்பித்து அங்கீகாரம் பெறலாம்.

அதற்கான இணைப்பு: http://www.tnlayoutreg.in/

ஏற்கெனவே இதன் கால அளவு முடிந்து கெடு நீட்டிக்கப்பட்டு தற்போது 28.02.2021 உடன் கால அளவு மீண்டும் முடிந்துள்ளது.

இந்த இணைப்பின் மூலம் அங்கீகாரம் பெற்ற மனையைப் பதிவதற்கும் எந்தச் சிக்கலும் இல்லை.

எனவே ஒரு வீட்டு மனையை வாங்கும்போது மேற்சொன்ன அனுமதி உள்ளதா இல்லையா எனப் பார்த்து வாங்கவேண்டும்.

8. ஆர்.இ.ஆர்.எ. அல்லது ரெரா (RERA)

மனைப்பிரிவுகள் விற்க ரியல் எஸ்டேட் நிறுவனங்கள் கொடுக்கும் விளம்பரங்களில், டி.டி.சி.பி. (DTCP) மற்றும் ரெரா (RERA) அனுமதிபெற்ற மனைகள் என்ற வாசகம் குறிப்பிடப்பட்டிருப்பதைப் பார்த்திருக்கலாம்.

மனைப்பிரிவுகளுக்கான அனுமதி குறித்துப் பார்த்த சென்ற அத்தியாயத்தில், டி.டி.சி.பி. என்றால் என்ன என நீங்கள் தெளிவாகி இருக்கலாம். அப்புறம் இந்த ரெரா என்று சொல்கின்றார்களே. இது என்ன என்ற குழப்பம் வரலாம். தெளிவாக்கிக் கொள்ளலாம், வாருங்கள்.

ஆர்.இ.ஆர்.எ. (R.E.R.A) என்ற சுருக்கப்பட்ட எழுத்துகளைத்தான் ரெரா என்று குறிப்பிடுகிறோம். REAL ESTATE REGULATORY AUTHORITY என்பதன் சுருக்கம்தான் RERA. அதாவது ரியல் எஸ்டேட் நிறுவனங்களுக்கான முறைப்படுத்தும் ஆணையம்.

இது எந்த வகையில் டி.டி.சி.பி.யில் இருந்து மாறுபடுகிறது என்ற கேள்வி வருகிறதல்லவா? நிச்சயம் வரவேண்டும். டி.டி.சி.பி. என்பது மனைகளை வரைமுறைப்படுத்தும் அமைப்பு. ஆனால் ரெரா என்பது அதன் விற்பனையை முறைப்படுத்தும் ஓர் அமைப்பு.

டி.டி.சி.பி.யின் வேலை என்பது மனைப்பிரிவை அங்கீகாரம் செய்வது. ஒரு பெரிய இடத்தை பிளாட் போட்டு விற்கும்போது, அந்த இடத்தை முதலில் ஆராய்ந்து, அது விற்பதற்குத் தகுதியான இடம்தானா (அதாவது புறம்போக்கு நிலம், எதிர்காலத்தில் சாலைகள் அமைக்கப்படப்போகும் நிலம், அல்லது வேறு வகையான இடர்ப்பாடுள்ள இடம் போன்றவை இல்லை) என முடிவு செய்யும். அதன் பின்னர், குறிப்பிட்ட அளவில் மனைப்பிரிவுகளை அமைப்பது, குறிப்பிட்ட அளவில் சாலைகள் அமைப்பது, பூங்கா போன்ற பொதுப் பயன்பாட்டுக்கான இடம் விடுவது போன்ற விஷயங்களை ஆராய்ந்து அந்த இடத்தில் மனைகளைப் பிரித்து விற்க அனுமதிக்கும்.

மக்கள் தொகை உயரும்போது, கிராமங்களும் நகரங்களும் விரிவாகும். அப்படி விரிவாகும்போது, இது போன்ற திட்டமிடல் மூலம், எதிர்காலத்தில் வரப்போகும் மக்கள் நெரிசல், போக்குவரத்து நெரிசல், விபத்துக்கள் போன்ற இடர்ப்பாடுகளைத் தவிர்க்க இயலும்.

சரி, அனுமதி பெற்ற மனையை வாங்கியாயிற்று. அதன்பின் அப்படியே கட்டடம் கட்டிக்கொள்ளலாமா என்றால் இல்லை. கட்டடம் கட்ட தனி அனுமதி வாங்க வேண்டும். ஒரு மனைக்குள் முன்னால், பின்னால் மற்றும் இடது வலது பக்கங்களில் குறிப்பிட்ட அளவு விட வேண்டும், மேலும் குறிப்பிட்ட அளவு மாடிகள்தான் கட்ட வேண்டும் என்பது போன்ற விதிகளின் அடிப்படையில் கட்டடம் கட்ட அனுமதி அளிக்கப்படும்.

கட்டட அனுமதி குறித்த விவரம் இந்தப் புத்தகத் தலைப்பிற்குத் தொடர்பில்லை என்றாலும் தெரிந்துகொள்வதில் நட்டம் இல்லை.

கட்டட அனுமதி பெறும் நடைமுறை தமிழ்நாட்டைப் பொறுத்தவரை நான்கு முறைகளில் உள்ளது.

1) உங்கள் மனை கிராமப் பஞ்சாயத்து (Village Panchayat) எல்லைக்குள் இருந்தால், அந்தக் கிராமப் பஞ்சாயத்துத் தலைவரிடம் இருந்து கட்டட அனுமதி பெறவேண்டும்.
2) உங்கள் மனை நகரப் பஞ்சாயத்து (Town Panchayat) எல்லைக்குள் இருந்தால், அந்த நகரப் பஞ்சாயத்தின் நிர்வாக அதிகாரியிடம் (Executive Officer) இருந்து கட்டட அனுமதி பெறவேண்டும்.

3) உங்கள் மனை நகராட்சி (Municipality) எல்லைக்குள் இருந்தால், அந்த நகராட்சி ஆணையரிடம் (Commissioner) இருந்து கட்டட அனுமதி பெறவேண்டும்.

4) உங்கள் மனை மாநகராட்சி (Corporation) எல்லைக்குள் இருந்தால், அந்த மாநகராட்சி ஆணையரிடம் (Commissioner) இருந்து கட்டட அனுமதி பெறவேண்டும்.

மனை அனுமதி மற்றும் கட்டட அனுமதி பற்றிப் புரிந்ததல்லவா? இப்படி அனுமதி பெற்ற மனைகளையோ அல்லது வீடுகளையோ அல்லது அடுக்குமாடிக் குடியிருப்புகளையோ விற்கும் நிறுவனங்களின் விற்பனையை முறைப்படுத்த உருவாக்கப்பட்டதுதான் ரெரா. அது என்ன, விற்பனையை முறைப்படுத்துவது?

உங்கள் ஊரில் வடை விற்பவர் இருக்கிறார் என்று வைத்துக்கொள்வோம். அவர் ஒரு தெருவில் வடை ரூபாய் 5 என்று விற்கிறார். கடைத்தெருவுக்குள் நுழைகையில் கூட்டம் அதிகமாக இருந்தால் ஒரு வடை ரூபாய் 10 என்று விற்கின்றார். அப்புறம் ஒரு தெருவில் ஒரு வடை ரூபாய் 3 என்று விற்கின்றார். அவரை இந்த விலையில்தான் விற்க வேண்டும் என்று சொல்ல ஏதேனும் அமைப்பு இருக்கிறதா? வடை என்பதால் சரி. இதுவே நிலம் என்றால்?

2016ம் ஆண்டுக்கு முன்பு வரை இப்படித்தான் இந்தியா முழுவதும் நிலவிற்பனையை ஒழுங்குமுறை செய்ய ஓர் அமைப்பு கிடையாது. எனவே ஏகப்பட்ட பிரச்சினைகளும், அது தொடர்பான புகார்களும் குவிந்து கொண்டேயிருந்தன.

ரியல் எஸ்டேட் என்பது பெரும்பணம் முதலீடு செய்யப்படும் இடம். சிலர் தவணை முறையில் பணம் வாங்கி நிலத்தை விற்பனை செய்வார்கள் – அதில் குழப்பங்களும் பிரச்சினையும் வரலாம். சிலர் வீடுகள் அல்லது அடுக்குமாடிக் குடியிருப்புகள் வாங்க, கொஞ்சம் கொஞ்சமாகப் பணம் செலுத்துவார்கள் – அதில் பிரச்சினைகள் வரலாம். சிலர் தமது இடத்தில் ஒரு பில்டர், வீடு அல்லது அடுக்குமாடிக் குடியிருப்பு கட்டி விற்க ஒப்பந்தம் போட்டு வியாபாரம் செய்வார்கள் – அதில் பிரச்சினை வரலாம். இப்படி ஏகப்பட்ட மனிதர்கள், ஏகப்பட்ட பணம், ஏகப்பட்ட பிரச்சினைகள் உலாவும் இடம்தான் ரியல் எஸ்டேட் வியாபாரம். அதனை முறைப்படுத்த ரியல் எஸ்டேட்

ஒழுங்குமுறை ஆணையம் உருவாக்குவதற்கான சட்டம் மத்திய அரசினால் உருவாக்கப்பட்டது. அந்த சட்டத்தின் அடிப்படையில் தமிழ்நாடு அரசு, நமது மாநிலத்திற்கான தமிழ்நாடு ரியல் எஸ்டேட் ஒழுங்குமுறை ஆணையம் விதிகள் *2017* (Tamilnadu Real Estate Regulatory Authority Rules 2017 – TNRERA)ஐ உருவாக்கியது.

இதன்படி அனைத்து ரியல் எஸ்டேட் திட்டங்களையும் ரெராவில் கண்டிப்பாகப் பதிவு செய்துகொள்ள வேண்டும். அதுபோலவே, ரியல் எஸ்டேட் முகவர்களும் ரெராவில் கண்டிப்பாக பதிவு செய்துகொள்ள வேண்டும். ரெராவில் பதிவு செய்யாமல் எந்த ரியல் எஸ்டேட் திட்டங்களையும் விற்பனைக்குக் கொண்டுவர இயலாது. அந்தத் திட்டத்தைப் பதிவுசெய்த விவரங்கள், அந்தத் திட்டத்திற்காகப் பெறப்பட்ட அனுமதி மற்றும் ஒப்புதல்களின் விவரங்கள், அடுக்குமாடிக் குடியிருப்பு அல்லது மனைகளின் வகைகள் உள்ளிட்ட அந்த ரியல் எஸ்டேட் திட்டத்தின் அனைத்து விவரங்களையும் ரெராவின் இணையத்தளத்தில் பதிவேற்ற வேண்டும். ரெராவில் பதிவுசெய்யாமல் விற்பனை செய்வது என்பது குற்றமாகும். இதற்கு அபராதம் அல்லது சிறைத் தண்டனை அல்லது இரண்டுமே விதிக்கப்படலாம்.

9. நிலம் வாங்கும் முன் கவனிக்க வேண்டியவை

ஒரு வீட்டுமனை அல்லது நிலம் வாங்கும்போது என்னென்ன விஷயங்களைக் கவனிக்கவேண்டும் என விரிவாகப் பார்க்கலாம்.

ஆவணங்கள் குறித்துப் பார்க்க வேண்டியவை

ராமசாமி என்பவருக்கு 3000 சதுர அடி நிலம் சொந்தமாக உள்ளது. இவர் 1974ம் வருடம் இந்த நிலத்தை வாங்கியுள்ளார். நிலத்தின் பட்டாவும் இவர் பெயரில் வந்துவிட்டது. (சர்வே எண் 210/5 என வைத்துக்கொள்வோம்.)

1990ல் இவர் இந்த நிலத்தை அவரது மகன் கந்தனுக்கு ஓர் உயில் எழுதி அதனைப் பதிவும் செய்து விடுகின்றார். (யு.டி.ஆர். சர்வேயின்படி இப்போதைய புதிய சர்வே எண் 200/3 என வைத்துக்கொள்வோம்.)

1991ல் ராமசாமி இறந்துவிடுகின்றார். கந்தன் அவரது பெயரில் பட்டாவை மாற்றிக் கொள்கிறார்.

1995ல் கந்தன் 2000 சதுர அடி நிலத்தை மட்டும் செல்வம் என்பவருக்கு விற்று விடுகின்றார். இப்போது சர்வே எண் சப் டிவிஷன் செய்யப்பட்டு செல்வம் பெயரில் உள்ள 2000 சதுர அடிக்கு மட்டும் 200/3A என மாற்றம் செய்யப்படுகிறது.

2001ல் செல்வம் இறந்தபின் அவரது இரண்டு மகன்கள் தர்மன் மற்றும் வீமன் இருவரும் பாகப்பிரிவினைப் பத்திரத்தின் மூலம் சரிசமமாக 1000 சதுர அடி எனப் பிரித்துக் கொள்கின்றனர். இப்போது தர்மனின் 1000 சதுர அடிக்கு 200/3A1 என்றும், வீமனின் 1000 சதுர அடிக்கு 200/3A2 என்றும் சர்வே எண்கள் சப் டிவிஷன் செய்யப்படுகின்றன.

2005ல் தர்மன், காண்டீபன் என்பவருக்குத் தனது 1000 சதுர அடியை விற்றுவிடுகிறார்.

2011ல் காண்டீபன் அந்த நிலத்தை முகைதீன் என்பவரிடம் அடமானம் வைக்கிறார்.

2012ல் பணத்தைக் கொடுத்து அடமானத்தை ரத்து செய்து கொள்கிறார்.

2013ல் காண்டீபன் அந்த 1000 சதுர அடியை வெள்ளையன் என்பவருக்கு விற்றுவிடுகின்றார். வெள்ளையன் தனது பெயருக்கு பட்டாவினை மாற்றிக் கொள்கிறார்.

இப்போது நீங்கள் அந்த 1000 சதுர அடியை வெள்ளையனிடமிருந்து வாங்க முடிவு செய்கின்றீர்கள். நீங்கள் செய்யவேண்டியது என்ன?

மேலே சொல்லப்பட்ட விவரங்களை நமது எளிமையான புரிதலுக்காக ஒரு வரைபடமாக வரைந்து கொள்வோம்.

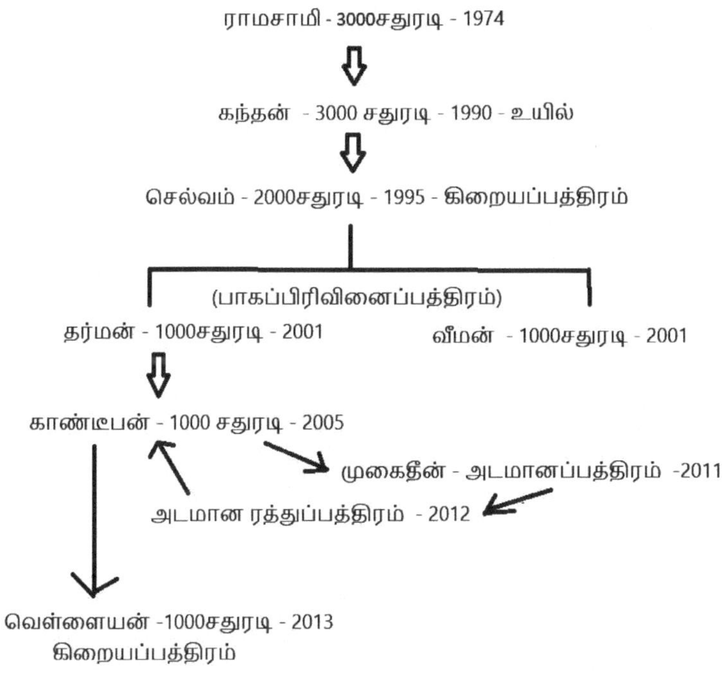

இப்போது செய்யவேண்டியவற்றை ஒவ்வொரு படியாகப் பார்க்கலாம், வாருங்கள்.

1) வெள்ளையன் பெயரில் உள்ள 1000 சதுர அடிக்கான அசல் பத்திரம் மற்றும் அவர் பெயரில் பட்டா இருக்கிறதா என முதலில் பார்க்கவேண்டும். உங்கள் பெயரில் பத்திரப்பதிவு செய்யும்போது இவை இரண்டையும் சார்பதிவாளர் அலுவலகத்தில் கேட்பார்கள். பத்திரப்பதிவு முடிந்தபின் இந்த இரண்டு அசல் ஆவணங்களும் உங்கள் கைவசம் வரவேண்டும் என நினைவில் வைத்துக் கொள்ளுங்கள்.

2) வெள்ளையன் பெயரில் உள்ள பத்திரத்தின் அடிப்படையில் ஒரு வில்லங்கச் சான்றிதழ் பெறவேண்டும். (01.01.1987க்குப் பின் உள்ள காலத்திற்குக் கணினிச் சான்றிதழ் கிடைக்கும். அதற்கு முற்பட்ட காலத்திற்கு கையினால் எழுதப்பட்டுத் தரப்படும்.)

3) இந்த வில்லங்கச் சான்றிதழில் அந்த நிலமானது யாரிடமிருந்து யாருக்குக் கைமாறி இருக்கிறது என்ற விவரம் இருக்கும். அதனடிப்படையில் ஒவ்வொரு மூலப்பத்திரமும் இருக்கிறதா என உறுதி செய்யவேண்டும். இதில் ஒரு சிக்கல் என்னவென்றால் உயில் பத்திரப் பதிவும், பொது அதிகாரப் பத்திரப்பதிவும் வில்லங்கச் சான்றிதழில் வராது. எனவே வில்லங்கச் சான்றிதழைப் பார்க்கும்போது அந்தந்தப் பத்திரங்களையும் ஒருமுறை வாசித்துப் பாருங்கள்.

4) வெள்ளையன், காண்டீபன் என்பவரிடமிருந்து நிலம் வாங்கியுள்ளார். காண்டீபன் தன்னிடம் இருந்த 1000 சதுர அடியையும் மொத்தமாக எழுதிக் கொடுத்துள்ளார். எனவே கண்டீபன் பெயரில் உள்ள அசல் பத்திரம் நமக்கு வேண்டும்.

5) காண்டீபன் இந்த நிலத்தை முகைதீனிடம் அடமானம் வைத்துத் திருப்பியுள்ளார். எனவே இந்த அடமானப் பத்திரம் மற்றும் அடமானத்தை ரத்து செய்த பத்திரம் இரண்டும் (அசல் பத்திரம்) நமக்கு வேண்டும். (முழுமையான அடமானமும் ரத்து செய்யப்பட்டு விட்டதா எனப் பத்திரத்தைப் படித்து அறிந்துகொள்ளுதல் நலம்.)

6) காண்டீபன் தர்மனிடமிருந்து நிலம் வாங்கியுள்ளார். தர்மனுக்கு பாகப்பிரிவினையின் மூலம் நிலம் கிடைத்துள்ளது. தர்மனின் 1000 சதுர அடிக்குள்ள

அசல் பாகப்பிரிவினைப் பத்திரம் நமக்குக் கண்டிப்பாய் வேண்டும்.

7) தர்மனுக்கு முன்னால் அவரது அப்பா செல்வத்தின் பெயரில் நிலம் இருந்திருக்கிறது. ஆனால் செல்வத்தின் பெயரில் 2000 சதுர அடி இருந்திருக்கிறது. எனவே இங்கு அசல் ஆவணம் கிடைக்க வாய்ப்பில்லை. சார்பதிவாளர் நகல்/ஒளிநகல் பத்திரம் போதும்.

8) செல்வத்திற்கு முன்னால் இந்த நிலம் கந்தனுக்குச் சொந்தமாக இருந்துள்ளது. கந்தனுக்கு இந்தச் சொத்தானது உயில் பத்திரம் மூலமாக வந்துள்ளது. கந்தனுக்கு 3000 சதுர அடி சொந்தம். (நாம் வாங்கப்போவது 1000 சதுர அடி மட்டும்தான் என்பதை நினைவில் வைத்துக்கொள்ளுங்கள்.) எனவே அசல் பத்திரம் கிடைக்க வாய்ப்பில்லை. உயில் பத்திரத்தின் நகல் இருந்தால் சரி. ஆனால் அந்த உயிலை எழுதிய ராமசாமி அவர்களின் இறப்புச் சான்றிதழின் நகலும் அவசியம் என்பதனை மறந்துவிடாதீர்கள்.

9) இறுதியாக ராமசாமி பெயரில் உள்ள பத்திரத்தின் நகல்.

இந்த அனைத்து ஆவணங்களையும் ஒன்றுவிடாமல் வாங்கிய பின்னர்தான் நாம் பத்திரப்பதிவினைப் பற்றி யோசிக்கவேண்டும்.

இதில் நமக்குத் தேவைப்படும் அசல் பத்திரங்களில் ஏதேனும் ஒன்றில்லை என்றால் என்ன செய்யவேண்டும்?

உதாரணமாக காண்டீபன் பெயரில் உள்ள அசல் பத்திரம் இல்லை. அது தொலைந்துவிட்டது என்று சொல்கின்றார்கள். என்ன செய்வது?

ஒரு பத்திரம் தொலைந்துவிட்டால் உடனடியாக காவல்நிலையத்தில் ஒரு எஃப்.ஐ.ஆர். (FIR) பதிவுசெய்யப்பட வேண்டும். பத்திரம் காணாமல் போனது குறித்து ஒரு செய்தித்தாள் விளம்பரம் தரவேண்டும். பின்னர் அந்தப் பத்திரத்தைக் கண்டுபிடிக்க முடியவில்லை என்றால், அதனைக் கண்டுபிடிக்க முடியவில்லை (Non Tracable Certificate) என்னும் சான்றிதழ் காவல்நிலையத்தில் கொடுக்கப்படும். அதனைக் கொண்டு சார்பதிவாளர் அலுவலகத்திலிருந்து ஒரு நகல் பெற்றுக்கொள்ளலாம்.

எனவே அசல் பத்திரம் இல்லையெனில், சார்பதிவாளர் தந்த நகல் பத்திரம், செய்தித்தாள் விளம்பரம், எஃப்.ஐ.ஆர். நகல் மற்றும் கண்டுபிடிக்க முடியவில்லையென்ற சான்றிதழ் இவையனைத்தும் இருக்கவேண்டும்.

இதுதான் முதல்படி. அதாவது பத்திரப்பதிவுத்துறை சம்பந்தமான அனைத்து ஆவணங்களையும் வாங்கியாயிற்று. அடுத்ததாக நாம் கிராம நிர்வாக அலுவலகம் செல்ல வேண்டும்.

நாம் வாங்கப்போகும் சொத்தினுடைய சர்வே எண்ணினைக் கொடுத்து, அந்த சர்வே எண் யார் பெயரில் உள்ளது? (அதற்கான பட்டா, சிட்டா, அடங்கல்) அந்த நிலம் பஞ்சமி நிலமா? நில உச்ச வரம்பில் கையகப்படுத்தப்பட்ட நிலமா போன்ற இன்ன பிற விஷயங்களைத் தெரிந்து கொள்ள வேண்டும்.

அதன் பிறகு, நீங்கள் வாங்கியுள்ள இந்த மூலப்பத்திரங்கள், பட்டா போன்றவற்றின் அடிப்படையில் ஒரு வழக்கறிஞரிடமிருந்து சட்ட அறிக்கை (Legal Opinion) வாங்கிக் கொள்ளுதல் நலம். வழக்கறிஞர்கள் அந்த நிலம் சம்பந்தமாக ஏதேனும் வழக்குகள் நிலுவையில் உள்ளதா என்பதனை உறுதி செய்து கொண்டார்களா என்பதனையும் கவனித்துப் பார்க்கவேண்டும்.

இன்னொரு முக்கியமான விஷயம், நீங்கள் வாங்கப்போகும் நிலத்திற்கான பட்டா மாற்றம் உங்கள் விற்பனையாளரின் பெயருக்கு வரவில்லை அல்லது அந்த சர்வே எண் முறையாக உடைக்கப்படவில்லை (அதாவது பிரிக்கப்படவில்லை) எனில், நிலத்தை சர்வேயரை வைத்து முறையாக அளந்து நீள அகலங்களுக்கான கற்களை ஊன்றி, பட்டா மாற்றம் செய்தபின் நிலத்திற்கான பணம் கொடுத்துப் பதிவுசெய்தல் நலம். இது பின்னாட்களில் வரும் தேவையில்லாத பிரச்சினைகளைத் தவிர்க்க உதவும்.

நிலத்தில் சட்டரீதியாக எந்தப் பிரச்சினையும் இல்லை என்று உறுதி செய்து கொண்ட பின், சார்பதிவாளர் அலுவலகத்தில் அல்லது அதற்கான இணையத்தில் அந்த நிலத்திற்கான வழிகாட்டி மதிப்பு மற்றும் பத்திரப்பதிவு செலவு என்ன என்பதனைத் தெரிந்து கொள்ளுங்கள். அத்துடன் அந்தச் சொத்தைப் பதிவு செய்வதில் ஏதேனும் தடை உள்ளதா என்பதனையும் கேட்டு அறிந்து கொள்ளுங்கள்.

அடுத்ததாக இன்னொரு முக்கியமான விஷயம், உங்கள் மனைக்கான டி.டி.சி.பி. அனுமதி எண் மற்றும் ரெரா எண் போன்றவற்றைச் சரிபார்க்க வேண்டும். அந்தக் குறிப்பிட்ட அமைப்புகளின் அலுவலகங்களைத் தொடர்பு கொண்டு அவை உண்மையானதா அல்லது போலியானதா, அந்த அனுமதி எண் குறிப்பிட்ட சர்வே எண்ணிற்குத்தான் வழங்கப்பட்டுள்ளதா என்பதனை உறுதி செய்து கொள்ள வேண்டும்.

இடத்தின் உரிமையாளர் குறித்துப் பார்க்க வேண்டியவை

ஓர் இடத்திற்கு ஆவணங்கள் எவ்வளவு முக்கியமோ அதுபோலவே, நிலத்தை யாரிடம் இருந்து வாங்குகிறோம் என்பதும் மிக முக்கியம். ஒரு நிலத்தை நமக்கு யார் விற்கின்றார்கள் என்பதனைப் பொறுத்துச் சில விஷயங்களை நாம் சரிபார்த்துக் கொள்ள வேண்டும். ஒரு நல்ல மனநிலையுள்ள தனிநபரிடம் இருந்து நிலத்தை வாங்குவதும் கீழ்க்கண்டவாறு உள்ள சந்தர்ப்பங்களில் வாங்குவதற்கும் நிறைய வேறுபாடுகள் உள்ளன.

1) நிலத்தின் உரிமையாளர் பதினெட்டு வயதுக்குக் குறைவான மைனராக இருந்தால் நீதிமன்ற அனுமதியுடன் அந்த மைனரின் பாதுகாவலரிடம் (Guardian) இருந்து நிலத்தை கிரையம் வாங்கலாம்.

2) நிலத்தின் உரிமையாளர் மனநிலை பாதிக்கப்பட்டவராய் இருந்தால் நீதிமன்ற அனுமதியுடன் அந்த நபரின் பாதுகாவலரிடம் (Guardian) இருந்து நிலத்தை கிரையம் வாங்கலாம்.

3) பொது அதிகார முகவரிடம் (Power of atterny holder) இருந்து நிலத்தை வாங்கும்போது அந்த அதிகாரம் இன்னும் நடைமுறையில் உள்ளதா அல்லது ரத்து செய்யப்பட்டுள்ளதா என்பதனை உறுதி செய்துகொள்ள வேண்டும்.

4) இறந்து போன நபரின் நிலத்தை வாங்கும்போது அவரின் இறப்புச் சான்றிதழ், வாரிசு சான்றிதழ் ஆகியவற்றின் உண்மைத் தன்மையைச் சரிபார்க்கவேண்டும். வாரிசுகள் அனைவரும் கிரையப் பத்திரத்தில் கையெழுத்து இடுவதனையும் உறுதி செய்யவேண்டும்.

5) உயிலின் அடிப்படையில் நிலம் வாங்கும்போது, உயிலை எழுதியவரின் இறப்புச் சான்றிதழ் தேவைப்படும்.

6) ஏலச்சொத்துக்கள் வாங்கும்போது நீதிமன்றத்தால் நியமிக்கப்பட்ட விற்பனை அதிகாரி (பொதுவாக அந்த வங்கியில் பணிபுரிபவராய்) இருப்பார்) கிரையம் செய்து தரலாம்.

7) நிலத்தின் உரிமையாளர் நொடித்துப்போனவராய் (Insolvent) இருந்தால் நீதிமன்ற அதிகாரப்பூர்வ சொத்துக் காப்பாளர் (Assignee) எழுதிக் கொடுக்கவேண்டும்.

8) திவாலான நிறுவனத்தின் (Company) சொத்துக்களை நீதிமன்ற அதிகாரபூர்வ கலைப்பாளர் (Liquidator — திவாலான சொத்துக்களை விற்க நீதிமன்றத்தால் நியமிக்கப்பட்ட அலுவலர்) மட்டுமே எழுதிக்கொடுக்க வேண்டும்.

9) ஒரு நிறுவனத்தின் சொத்துக்களை வாங்கும்போது, அந்த நிறுவனச் சட்டப்படி நிர்வாகக்குழு நிலத்தை விற்க அனுமதி கொடுத்துள்ளதா என்பதனையும் எழுதித் தர வரும் நபருக்கு தீர்மானம் மூலம் அதிகாரம் வழங்கப்பட்டுள்ளதா என்பதனையும் உறுதி செய்துகொள்ள வேண்டும்.

10) கூட்டு நிறுவனத்தின் (Partnership Company) நிலத்தை வாங்கும்போது அந்த நிறுவனத்தின் பங்குதாரர்கள் அனைவரும் கையொப்பம் இட வேண்டும்.

11) இந்துக் கோவில் நிலம் என்றால் அறநிலையத்துறையின் அனுமதி வேண்டும்.

12) சர்ச் நிலங்களுக்கு அறங்காவலர் குழு மற்றும் பிஷப் அனுமதி வேண்டும்

13) இஸ்லாமிய அறக்கட்டளை நிலங்களுக்கு வக்ஃபு வாரிய அனுமதிவேண்டும்.

14) வாரிசு இல்லாமல் அரசினால் கையகப்படுத்தப்பட்ட நிலத்தை மாவட்ட நிர்வாகம் மட்டுமே விற்கமுடியும்.

15) தமிழ்நாடு வீட்டுவசதி வாரியம், சிப்காட், தாட்கோ போன்ற அரசு நிறுவன நிலங்களை வாங்கும்போது, கையெழுத்திடும் அதிகாரிக்கு முறையான உரிமை உள்ளதா என்பதனை உறுதி செய்யவேண்டும்.

இடத்தின் சுற்றுப்புறம் குறித்துப் பார்க்க வேண்டியவை

ஒரு வீட்டுமனை வாங்கும்போது அது அந்த இடத்தில் இருக்கிறது என்பதனையும் கவனத்தில் கொள்ளுதல் வேண்டும். வீட்டு மனையானது ஒருவேளை ஏரி/ குளங்கள் அல்லது அரசு தொடர்பான நிலங்கள் அருகில் இருக்கும்போது, அனுமதி வாங்க, அந்தந்த அமைப்புகளில் இருந்து தடையில்லா சான்று வாங்க வேண்டியதிருக்கும். அப்படியான விஷயங்களையும் தெரிந்து கொள்ளுங்கள்.

1) மனையில் இருந்து 15 மீட்டர் அதாவது 50 அடி தொலைவில் ஏரி அல்லது குளம் இருந்தால் பொதுப்பணித்துறை மற்றும் அது தொடர்பான துறைகளில் இருந்து தடையில்லா சான்று பெறவேண்டும்

2) மனையில் இருந்து 30 மீட்டர் அதாவது 100 அடி தொலைவில் ரயில்வே இருப்புப்பாதை இருந்தால் ரயில்வே துறையிடம் இருந்து தடையில்லா சான்று பெறவேண்டும்

3) மயானம் அல்லது சுடுகாடு 90 மீட்டர் அல்லது 300 அடி தொலைவில் இருந்தால் சுகாதாரத்துறை அதிகாரியிடம் இருந்து தடையில்லா சான்று பெறவேண்டும்

4) விமான நிலையத்தில் இருந்து 500 மீட்டர் அல்லது 1.5 கிமீ சுற்றளவில் மனை இருந்தால் விமான நிலைய ஆணையத்தில் இருந்து தடையில்லா சான்று பெறவேண்டும்

5) 300 மீட்டர் அல்லது 1 கிமீ தொலைவுக்குள் கல்குவாரி இருந்தால், சுரங்கத்துறையினரிடம் இருந்து தடையில்லா சான்று பெறவேண்டும்

6) குப்பைக் கிடங்குக்கு அருகில் மனை இருந்தால் உள்ளாட்சி அமைப்பில் இருந்து தடையில்லாச் சான்று பெறவேண்டும்

இதுபோன்ற சான்றிதழ்கள் அனைத்தையும் சமர்ப்பித்துத்தான் மனை அனுமதி வாங்க முடியும். அதேபோல, சில தேசிய மயமாக்கப்பட்ட வங்கிகள் இதுபோல அமைந்துள்ள மனைகளுக்கு வீட்டுக்கடன் கொடுப்பதில்லை என்பதனைக் கவனத்தில் கொள்ளுங்கள்.

மேலும், ஒரு முதலீட்டுக்காக நீங்கள் மனை வாங்கும்போது அதனது விற்பனையைப் பாதிக்கும் விஷயங்களையும், பிற்காலத்தில் எதிர்பார்த்த அளவு விலை உயருமா என்பதனையும் பார்க்கவேண்டும். உதாரணமாக, புறநகர்ப்பகுதியில் போக்குவரத்து வசதியுடன் உள்ள இடங்கள் பிற்காலத்தில் குறிப்பிட்ட அளவு வளர்ச்சி அடையக்கூடும். அப்போது நாம் வாங்கியிருக்கும் மனையின் விலையும் கணிசமாக உயரும். இன்னொரு பக்கம், அந்த மனைக்கு அருகில் குப்பைக்கிடங்கு அல்லது இடுகாடு போன்றவை இருந்தால் அந்த மனையை விற்பது சிரமம். இப்படி எல்லா விஷயங்களையும் கவனித்துப் பார்த்தல் வேண்டும்.

எனக்குத் தெரிந்த நண்பர் ஒருவர், விலை குறைவாக இருக்கிறதே என்று உயர் மின்னழுத்தக் கம்பிகளுக்கு (High Tension EB Line) கீழுள்ள இடத்தை வாங்கி விட்டார். அதில் அவரால் தரைத்தளத்திற்குமேல் கட்டடம் எழுப்ப முடியாது என்ற பிரச்சினை, அதோடு வீடு கட்ட, எந்த வங்கியும் கடன் தர முன்வரவில்லை. தனியார் நிதி நிறுவனம் கடன் தர முன் வந்தது. ஆனால் வட்டி விகிதம் வங்கியைக் காட்டிலும் கிட்டத்தட்ட இரண்டு மடங்கு. வேறு வழியில்லை என்று அந்த இடத்தை விற்க முயன்றார். ஆனால் அதனை வாங்கப் பெரிதாக யாரும் ஆர்வம் காட்டவில்லை. ஆறு மாதங்களுக்கும் மேலாக இன்னும் அந்த நிலத்தை விற்க முயன்றுகொண்டுதான் இருக்கின்றார். எனவே விலை குறைவாகக் கிடைக்கிறதென்று பிரச்சினைகளை வாங்கி விடக்கூடாது.

(இந்திய மின்சாரத்துறை சட்டத்தின் படி, 11.2KV கம்பிகள் 1.2 மீட்டர் கிடைமட்டத் தொலைவிலும், 66 KV கம்பிகள் 4 மீட்டர் கிடைமட்டத் தொலைவிலும் தள்ளி அமைக்கப்படவேண்டும்.)

அதே போன்று பத்திரப்பதிவு முடிந்தபின் பட்டாவினை மாற்றுவதற்கான விண்ணப்பத்தையும் கொடுத்து பட்டாவை உங்கள் பெயரில் மாற்றிக் கொள்ளுங்கள்.

10. பட்டா மாற்றம் செய்வது எப்படி?

பத்திரம் பதிந்து முடித்தவுடன் பட்டாவில் பெயர் மாற்றம் செய்யவேண்டும் என்று சொல்லியாயிற்று. அதனை எப்படிச் செய்வது? யாரிடம் போய் செய்வது போன்ற கேள்விகள் வரும்.

பட்டாவில் பெயர் மாற்றம் செய்யும்போது இரண்டு நடைமுறைகள் உள்ளன.

1) நிலத்தை அளக்கத் தேவையில்லாத பட்டா மாற்றம்.

2) சர்வே எண்ணை உட்பிரிவு (சப் டிவிஷன்) செய்து பட்டா மாற்றம்.

ஒன்றும் குழப்பிக்கொள்ளாதீர்கள்.

ஒருவரின் பெயரில் 1000 சதுர அடி பட்டாவும் பத்திரமும் இருக்கிறது என வைத்துக் கொள்வோம். நீங்கள் 1000 சதுர அடியையும் வாங்கிவிட்டீர்கள். இப்போது செய்யவேண்டியது விற்பவர் பெயரில் உள்ள பட்டாவை உங்கள் பெயருக்கு மாற்றுவது மட்டும்தான்.

ஒருவேளை அவரின் பெயரில் 2000 சதுர அடி இருந்து, நீங்கள் அதில் 1000 சதுர அடி மட்டும் வாங்கியிருந்தால். உங்கள் சர்வே எண்ணை சப் டிவிஷன் செய்ய வேண்டும் அல்லவா? அதற்கு உங்கள் 1000 சதுர அடிக்கு உள்ள நிலத்தை அளந்து சர்வே எண்ணை சப் டிவிஷன் செய்து, அதன்பின்னர் பட்டா தருவார்கள்.

முதல் வகையில், அதாவது நிலத்தை அளக்கத் தேவையில்லாத வழிமுறையில் எப்படி பட்டா மாறுதல் செய்வது எனப் பார்ப்போம், வாருங்கள்.

பட்டா மாறுதலுக்கான விண்ணப்பம் உங்கள் பகுதி கிராம நிர்வாக அலுவலரிடம் இருக்கும். அந்த விண்ணப்பத்தைப் பிழையின்றிப் பூர்த்தி செய்து, அதனுடன் கீழ்க்கண்ட ஆவணங்களை இணைக்க வேண்டும்.

1) உங்கள் பெயரில் உள்ள பத்திரத்தின் நகல்

2) உங்களுக்கு நிலத்தை விற்றவரின் பெயரில் உள்ள பட்டாவின் நகல்

3) சமீபத்தில் வாங்கிய வில்லங்கச் சான்றிதழ் (உங்கள் சொத்துப் பதிவின் விவரம் அந்த வில்லங்கச் சான்றிதழில் வரவேண்டும்)

4) உங்களது ஆதார் அட்டை

ஒவ்வொரு திங்கள் கிழமையும் பட்டா மாறுதலுக்கான விண்ணப்பத்தை கிராம நிர்வாக அலுவலர் பெற்றுக்கொள்வார். உடனே ஒப்புகைச் சீட்டும் கொடுத்து விடுவார். (சில நேரங்களில் ஒரு கிராம நிர்வாக அலுவலர் கூடுதலாக இன்னொரு கிராமத்தைக் கவனித்துக் கொண்டால், அங்கு செவ்வாய்க் கிழமைகளில் மனுவைப் பெற்றுக்கொள்வார்.)

இந்த பட்டா மாறுதலுக்கு எந்தவிதமான கட்டணமும் கிடையாது.

நீங்கள் கொடுத்துள்ள மனுவின் மீதான தனது அறிக்கையுடன் அந்த வெள்ளிக்கிழமை, உங்கள் மனுவை மண்டலத் துணை தாசில்தாரிடம் ஒப்படைப்பார்.

அதன்பின் அந்த ஆவணங்களைத் துணை தாசில்தார், வருவாய் ஆய்வாளர் ஆகியோர் பரிசீலித்து அடுத்த இரண்டாவது வெள்ளிக்கிழமை உங்கள் பட்டாவைப் பெயர் மாற்றம் செய்து தருவார்கள்.

அதாவது நீங்கள் மனு செய்த நாளிலிருந்து 15 நாள்களுக்குள் பட்டா மாற்றம் செய்து தரப்படவேண்டும்.

இரண்டாவது வகையில், அதாவது சப் டிவிஷன் செய்யவேண்டிய தேவையிருப்பின், முதலில் நீங்கள் நிலத்தை அளப்பதற்கான மனுவை சர்வேயருக்குக் கொடுக்கவேண்டும். சர்வேயர் அலுவலகம் வட்டாட்சியர் அலுவலகத்தில்தான் இருக்கும். இதற்குக் கட்டணம் செலுத்தவேண்டும். நிலத்தை அளந்து முடித்தபின் சர்வேயர் தரும் ஆவணங்களுடன், நீங்கள் நேரடியாக வட்டாட்சியரிடம் பட்டா மாறுதலுக்கு விண்ணப்பிக்கலாம். இந்த முறையில் பட்டா மாறுதல் செய்வதற்கான கால அளவு 30 நாள்கள் ஆகும்.

இப்போது ஆன்லைனில் பட்டா மனுகொடுக்கும் வசதியும் வந்துள்ளது.

இ சேவை மைய இணையத்தில் நேரடியாக பட்டா மாறுதலுக்கு விண்ணப்பிக்கலாம்.

11. அடுக்குமாடிக் குடியிருப்புகள்

தொடர்ச்சியான மக்கள்தொகைப் பெருக்கம் மற்றும் பெருநகரங்களுக்கு இடம்பெயரும் அதிக அளவிலான மக்கள் போன்ற காரணங்களால், பெரு நகரங்களில் தனியாக ஓர் இடம் வாங்கி வீடு கட்டுவது என்பது நடுத்தரவர்க்க மக்களுக்குக் கிட்டத்தட்ட குதிரைக்கொம்பாகிப் போனது. அப்படியான சூழலில் உருவானதுதான் இந்த அடுக்குமாடிக் குடியிருப்புக் கலாச்சாரம். இன்றைக்கு இரண்டாம் கட்ட நகரங்களில்கூட இந்தக் கலாச்சாரம் பரவ ஆரம்பித்துவிட்டது. ஒரு நிலம் வாங்கும்போது என்னவெல்லாம் பார்க்கவேண்டும் என்று தெரிந்து கொண்டது போலவே, அடுக்குமாடிக் குடியிருப்பில் ஒரு வீடு வாங்கும்போது என்னவெல்லாம் சரிபார்க்க வேண்டும் என்று தெரிந்துகொள்வதும் மிக அவசியம்.

ஓர் அடுக்குமாடிக் குடியிருப்பில் வீடு வாங்கி இருந்த நண்பர் ஒருவரைப் பார்த்து மற்ற நண்பர் வேடிக்கையாகச் சொன்னாராம். மேலே உள்ள கூரை உன்னுடையதல்ல. கீழே உள்ள தரை உன்னுடையதல்ல. பக்கவாட்டில் உள்ள சுவர் உன்னுடையதல்ல. கட்டடம் உள்ள இடமும் உன்னுடையதல்ல. ஆனால் இந்த வீடு மட்டும் உன்னுடையது. மேலோட்டமாகப் பார்த்தால் அவர் சொல்வது உண்மைதான் போலத் தோன்றும். ஆனால் அடுக்குமாடிக் குடியிருப்பு என்பதே கிட்டத்தட்ட ஒரு கூட்டுச் சொத்துப் போன்றதுதான். அதில் நமது உரிமை எப்படி இல்லாமல் போகும்?

பொதுவாக அடுக்குமாடிக் குடியிருப்புகளில் வீடு வாங்கும்போது, முக்கியமாகப் புழக்கத்தில் உள்ள சில முக்கியமான சொற்களைத் தெரிந்துகொள்ளுதல் வேண்டும்.

பிரிக்கப்படாத இட பாகம் அல்லது அன்டிவைடேட் ஷேர் ஏரியா (Undivided Share Area)

நாம் ஒரு தனி வீடு வாங்குகிறோம் என வைத்துக் கொள்வோம். மொத்த இடம், மற்றும் வீடு இது நமக்குச் சொந்தமாகும். ஆனால் அப்பார்ட்மெண்ட்டில் ஒரேவொரு பிளாட் தரைத்தளத்திலோ அல்லது 22வது மாடியிலோ வாங்கினால் எந்த இடம் நமக்குச் சொந்தம் என்று எப்படித் தெரியும்? அங்கேயுள்ள அனைவருக்கும் அந்த இடத்தில் பங்கு இருக்கிறது அல்லவா? அதற்குத்தான் இந்த முறையானது உபயோகிக்கப்படுகிறது. மொத்த இடத்தையும் பிரிவினையில்லாமல் ஒவ்வொருவரும் சொந்தம் கொண்டாடிக் கொள்வது. ஒவ்வொருவரும் வாங்கிய பிளாட்டின் (Flat) பரப்பின் விகிதத்திற்கு ஏற்றபடி மொத்த இடத்தின் பரப்பானது பிரித்து, பதிவுசெய்து தரப்படும். அதுதான் அன் டிவைடேட் ஷேர் ஏரியா, அதாவது பிரிக்கப்படாத இடத்தின் பரப்பு.

சூப்பர் பில்ட் அப் ஏரியா (Super Built up Area)

பில்ட் அப் ஏரியா (Built up area) அல்லது பிளின்த் ஏரியா (Plinth Area) பற்றி உங்களுக்குத் தெரிந்திருக்கும். ஒரு வீடு கட்டும்போது அதன் பரப்பளவை இந்தச் சொல்லால் குறிப்பிடுவோம். ஆனால் அடுக்குமாடிக் குடியிருப்புகளில், ஒரு தனிக் குடியிருப்பின் பரப்பை இவ்வாறு குறிப்பிடுவதில்லை. இங்கே சூப்பர் பில்ட் ஏரியா என்று சொல்வார்கள். என்ன வித்தியாசம்?

ஒரு பிளாட்டின் பரப்பு மற்றும் பொதுவான உபயோகத் தளத்திற்காக (படிக்கட்டு, லிப்ட், வராண்டா போன்றவை) அந்த பிளாட்டுக்கான விகிதத்தில் பிரிக்கப்படும் பரப்பு இரண்டும் சேர்ந்ததுதான் சூப்பர் பில்ட் அப் ஏரியா ஆகும். உதாரணமாக நாம் வாங்கப்போகும் பிளாட்டின் உண்மையான பரப்பு 500 சதுர அடி என வைத்துக் கொள்வோம். அந்த அடுக்குமாடிக் குடியிருப்பில் மொத்தம் 10 பிளாட்கள் உள்ளன. படிக்கட்டு, வராண்டா போன்ற பொதுவான தளங்களின் பரப்பு 8000 சதுர அடி என வைத்துக் கொள்வோம். இப்போது சூப்பர் பில்ட் அப் ஏரியா என்பது 500 + (8000/10) = 580 சதுர அடி ஆகும். இந்தப்

பரப்பளவிற்குத்தான் உங்கள் குடியிருப்பின் விலையானது நிர்ணயிக்கப்படும்.

கார்ப்பெட் ஏரியா (Carpet Area)

கார்ப்பெட் ஏரியா என்பது சுவர்களின் பரப்பைச் சேர்க்காத கட்டடத்தின் பரப்பு ஆகும். அதாவது நாம் உபயோகிக்கும் தளத்தின் பரப்பு ஆகும். உதாரணமாக 500 சதுர அடி கட்டடத்தில் மொத்தமாக நான்கு அறைகள் உள்ளன என வைத்துக் கொள்வோம். ஹால் 10க்கு 16, சமையலறை 10க்கு 8, படுக்கையறை 10க்கு 10 மற்றும் கழிப்பறை 4க்கு 5 என்ற அளவில் உள்ளது எனில் கார்ப்பெட் ஏரியா என்பது (10X16) + (10X8) + (10X10) + (4X5) = 360 சதுர அடி ஆகும். இதில் பால்கனி, படிக்கட்டு போன்றவற்றின் பரப்பு சேர்ந்து இருக்கும்.

ஃப்ளோர் ஸ்பேஸ் இன்டெக்ஸ் (Floor Space Index)

ஒரு கட்டடம் கட்ட அனுமதி பெற முயலும்போது, அது தனி வீடு, கடை, வணிக வளாகம், அடுக்குமாடிக் குடியிருப்பு என எந்த விதமான கட்டடமாக இருந்தாலும், குறிப்பிட்ட அளவு எஃப்.எஸ்.ஐ. அளவுதான் கட்ட முடியும். அதற்குத்தான் அனுமதி தருவார்கள். அது என்ன எஃப்.எஸ்.ஐ?

FSI என்பது ஒரு நிலத்தில் எவ்வளவு பரப்பிற்குக் கட்டடம் கட்டலாம் என்பதனைச் சொல்லும் விகிதம். தமிழக அரசு விதிகளின்படி இப்போது இது 2.0 ஆக உள்ளது.

விளக்கமாகச் சொல்ல வேண்டும் என்றால் FSI என்பது அனைத்துத் தளங்களையும் மொத்தம் சேர்த்த பரப்பை நிலத்தின் பரப்பால் வகுக்கக் கிடைக்கும் விகிதம் ஆகும். சில இடங்களில் இதனை FSR என்று சொல்வார்கள். ஒரு வித்தியாசமும் இல்லை. FSR என்பது விகிதமாகவும், FSI என்பது குறியீடு ஆகவும் சொல்லப்படும் ஒன்று. அவ்வளவுதான்.

அதாவது,

FSR = (அனைத்துத் தளங்களின் கார்ப்பெட் ஏரியா/நிலத்தின் பரப்பு)

FSI = (அனைத்துத் தளங்களின் கார்ப்பெட் ஏரியா/நிலத்தின் பரப்பு) X 100

உதாரணமாக,

ஒரு பிளாட்டின் பரப்பு 1000 சதுர அடி இருக்கிறது. அதில் தரைத்தளம் 600 சதுர அடி ஏரியாவுடனும், முதல் தளம்

500 சதுர அடி ஏரியாவுடனும் கட்டப்பட்டிருக்கிறது என வைத்துக் கொள்வோம்.

எனில், FSR = (600+500)/1000 = 1.1

ஒரு மாநகராட்சியில் FSI 125% எனச் சொல்கிறார்கள் என வைத்துக் கொள்வோம். உங்களின் இடம் 1000 சதுர அடி எனில் அதில் 1250 சதுர அடி கார்ப்பெட் ஏரியா உள்ள கட்டடத்தை நீங்கள் கட்டிக் கொள்ளலாம்.

இந்த வார்த்தைகளின் அர்த்தங்களை நினைவில் வைத்துக்கொள்ளுங்கள்.

ஓர் அடுக்குமாடிக் குடியிருப்பில் வீடு வாங்கும்போது உங்களுக்கு முழு இடத்தின் உரிமையும் கிடைக்காது. பிரிபடாத (UDS) பாகத்தின் உரிமைதான் கிடைக்கும் என்பது உங்களுக்கு இப்போது தெரிந்திருக்கும். அப்படி நமக்குக் கிடைக்கும் பிரிபடாத நிலத்தின் பாகம் எந்தவிதச் சட்ட சிக்கல்களும் இல்லாமல் இருத்தல் வேண்டும் என்பது அவசியம்.

ஒரு தனி இடம் வாங்கும்போது, நாம் என்னவெல்லாம் பார்க்கவேண்டும் என்று முன் அத்தியாயங்களில் அறிந்து கொண்டோம் அல்லவா. அத்தனையும் செய்ய வேண்டும். பதிவுத்துறை பத்திரங்கள், வருவாய்த்துறை ஆவணங்கள், நில அனுமதி குறித்த விவரங்கள் அத்தனையும் சரிபார்க்க வேண்டும். பொதுவாக இது போன்ற அடுக்குமாடிக் குடியிருப்பு விற்பனையாளர்கள் அனைத்து ஆவணங்களையும் லீகல் ஒப்பினியனுடன் மொத்தமாக பைண்டிங் செய்து நம் கையில் தந்துவிடுவார்கள். ஆனாலும் அதில் உள்ள அனைத்து ஆவணங்களையும் ஒருமுறைக்கு இருமுறை சரிபார்க்கவேண்டும். அந்த நிலத்தின் சர்வே எண்ணை வைத்து அந்த நிலமானது பஞ்சமி நிலம், ஏரி அல்லது குளத்துப் புறம்போக்கு, பூமிதான நிலம் போன்ற வகையான நிலம் இல்லை என்பதனை உறுதி செய்யவேண்டும்.

(பஞ்சமி நிலம், பூமி தான நிலம் பற்றிய விளக்கத்தைப் பின்னால் விரிவாகக் காணலாம்.)

அடுத்ததாக அந்தத் திட்டத்தின் அனுமதி குறித்த விவரங்களைப் பார்க்க வேண்டும். அந்த நிலம் வீடு கட்ட அனுமதிக்கப்பட்ட நிலம்தானா என உறுதி செய்து கொள்ளவேண்டும். அதன்பின் கட்டட அனுமதி முறையாகப் பெறப்பட்டுள்ளதா, அது எத்தனை மாடிகளுக்குப் பெறப்பட்டுள்ளது என்பதனைச் சரிபார்க்க வேண்டும்.

பொதுவாக 2.0 FSI என்பதுதான் தமிழக அரசின் அனுமதி வரம்பு. அதற்கு மேல் சில சிறப்பு விதிகளின் அடிப்படையில் அனுமதி அளிக்கப்படும். எனவே இதனைச் சரிபார்க்க, சிரமம் பார்க்காது அந்தக் கட்டட அனுமதி உண்மையானதா அல்லது ஏதேனும் மாறுதல்களுடன் போலியாகத் தயாரிக்கப்பட்டதா என்பதனை, அந்த அனுமதி பெறப்பட்ட அலுவலகத்திற்கே சென்று சரிபார்த்துக் கொள்ளுதல் நலம்.

சில இடங்களில் தரைத்தளம் முதல் இரண்டாம் தளம் வரை அனுமதி வாங்கிவிட்டு மூன்றாம் தளம் வரை கட்டி இருப்பார்கள். விலை குறைவாகக் கிடைக்கிறதே என்று அனுமதி இல்லாத மூன்றாம் தளத்தில் குடியிருப்பு வாங்குவது என்பது கண்ணைத் திறந்துகொண்டு கிணற்றில் குதிப்பது போலத்தான்.

ஆவணங்கள், அனுமதி எல்லாம் சரிபார்த்த பின், நாம் வாங்கப்போகும் பிளாட்டின் (FLAT) கார்ப்பெட் ஏரியா, சூப்பர் பில்ட் அப் ஏரியா, பிரிக்கப் படாத நிலத்தின் பரப்பு (UDS – Undivided Share Land) எவ்வளவு என்ற விவரங்களைச் சரிபாருங்கள். முடிந்தால் யாரேனும் ஒரு வல்லுநரிடம் விவரங்களைக் கொடுத்து உங்கள் UDS நிலப் பரப்பு, நீங்கள் வாங்கப்போகும் குடியிருப்பின் பரப்பு விகிதத்திற்குச் சரியாக உள்ளதா எனப் பார்த்துக்கொள்ளுங்கள்.

அடுத்தபடியாக நாம் சரிபார்க்க வேண்டியது, நமது ஒப்பந்தப் பத்திரங்களை. கட்டடம் கட்டும் பொருட்களின் தரம், கட்டடத்தில் உள்ள வசதிகள், பார்க்கிங் ஏரியா, பணப்பட்டுவாடா விவரங்கள், குடியிருப்பை ஒப்படைக்கப்போகும் கால அவகாசம் போன்று அந்த அடுக்குமாடிக் குடியிருப்பு விற்பனையாளர் உங்களிடம் ஒப்புக்கொண்ட அனைத்து விவரங்களும் ஒப்பந்தத்தில் உள்ளதா என்பதனை கவனமாகப் பார்த்துக்கொள்ளுங்கள்.

இவ்வாறு அனைத்து ஆவணங்களையும் சரிபார்த்துக்கொள்வது போலவே, அந்தக் கட்டடம் எப்படிக் கட்டப்படுகிறது (அல்லது கட்டப்பட்டுள்ளது), கட்டுமானப் பொருட்களின் தரம், அஸ்திவார விவரங்கள் அனைத்தையும் சரிபார்த்துக் கொள்வதும் மிக மிக அவசியம்.

12. வீட்டுடன் கூடிய மனைகள்

நகரப் பகுதிகளில் காலி இடங்கள் கிடைக்காதபோது ஓட்டு வீடு உள்ள இடம் அல்லது பழைய மதராஸ் லாகடக் கட்டடங்கள் (மர உத்திரங்கள் உள்ள Madras Terrace Buildings) உள்ள இடத்தை வாங்குவது உண்டு. பிற்பாடு அந்த இடத்தில் புதிய கட்டடம் கட்டும்போது அந்தப் பழைய கட்டடங்களை இடித்து அப்புறப்படுத்திக் கொள்வார்கள்.

இது போன்ற இடங்கள் வாங்கும்போது என்னென்ன விஷயங்களைக் கவனிக்கவேண்டும் என்று பார்த்து விடலாம்.

1) அந்த இடத்தில் புதிய வீடு கட்டுகையில் அந்தப் பழைய கட்டடங்களை இடித்து அப்புறப்படுத்த வேண்டும் என்பதனால், அந்தக் கட்டடத்தை இடிப்பதற்குச் சுற்றுப்புறம் வசதியாக உள்ளதா, கட்டடக் கழிவுகளை எளிதாக வெளியேற்ற முடியுமா என்பதனைக் கவனிக்க வேண்டும்.

2) சில இடங்களில் வீட்டின் பக்கச்சுவர்கள் பக்கத்தில் இருக்கும் கட்டட உரிமையாளருக்கும் சேர்த்துப் பொதுச் சுவராய் இருக்கும். அப்படி இருக்கும் பட்சத்தில் அவரது அனுமதி இன்றி நீங்கள் அந்தச் சுவரை இடிக்க முடியாது. இதுபோன்ற பொதுச்சுவர் விவகாரங்களைக் கவனிக்க வேண்டியது மிக மிக அவசியம்.

3) மின் இணைப்பு இருக்கிறதா, அதற்கான கட்டணங்கள் அந்தத் தேதி வரை சரியாகச் செலுத்தப்பட்டிருக்கிறதா என்பதனைப் பார்த்துக்கொள்ளவும்.

4) அதேபோல மின் அலுவலகம் சென்று அந்த மின் இணைப்பை உங்கள் பெயருக்கு மாற்ற ஏதேனும் தடை உள்ளதா எனப் பார்த்துவிடுங்கள். சில நேரங்களில் அந்தச் சொத்தில் சட்ட சிக்கல் இருப்பின், வழக்குப் போட்டு இருப்பவர்கள் மின்சார அலுவலகத்திற்கு, புதிதாகப் பெயர் மாற்றக்கூடாது என ஓர் ஆட்சேபணைக் கடிதம் அனுப்பி இருப்பார்கள். நேரடியாகச் செல்லும்போது அதனை அறிந்து கொள்ளலாம்.

5) மின் இணைப்பு வீட்டிற்காக வாங்கப்பட்டுள்ளதா அல்லது வியாபாரத்திற்காக (Commercial Purpose) வாங்கப்பட்டுள்ளதா என்பதனை சரிபார்த்துக்கொள்ளுங்கள். வாங்குவதற்கு முன்னரே கட்டண விகிதத்தை (Commercial to Residential Tarrif) அதனை மாற்ற வேண்டும் என்றால் மாற்றி வாங்கிக் கொள்ளுங்கள்.

6) அன்றைய தேதி வரை உள்ள சொத்து வரி முறையாகக் கட்டப்பட்டுள்ளதா அல்லது நிலுவை எதுவும் உள்ளதா என்பதனைப் பார்க்க வேண்டும்.

7) பாதாளச் சாக்கடை இணைப்பு உள்ளதா? குடிநீர்க் குழாய் இணைப்பு உள்ளதா? அவற்றுக்கான கட்டணங்கள் முறையாகச் செலுத்தப்பட்டு விட்டதா என்பனவற்றையும் பார்த்துக்கொள்ள வேண்டும்.

8) ஆழ்துளைக் கிணறு இருப்பின், எத்தனை அடி ஆழம்? நீர்வரத்து என்ன? ஒருவேளை அதனை ஆழப்படுத்த வேண்டும் எனில் அதற்கான சுற்றுச்சூழல் இருக்கிறதா போன்றவற்றைப் பார்த்துவிட வேண்டும்.

9) சில வேளைகளில் எதிர்மறை நிகழ்வுகள் அதாவது விபத்து, துர்மரணம் அல்லது காவல்துறை வழக்கு போன்றவை அந்த வீட்டினில் நிகழ்ந்திருக்கலாம். அதனைச் சொல்லாமலே அந்த வீட்டை நமக்கு விற்றுவிட முயற்சி செய்யலாம். எனவே இதுபோல ஏதேனும் எதிர்மறை விஷயங்கள் அங்கு நிகழ்ந்துள்ளனவா என்பதனை அக்கம் பக்கத்தில் விசாரித்துத் தெரிந்துகொள்ள வேண்டும்.

10) சொத்துப் பத்திரம் பதிவு செய்யும்போது, இடத்தில் உள்ள வீடு, மின் இணைப்பு, குடிநீர் இணைப்பு போன்றவற்றைக் கண்டிப்பாய்க் காட்டவேண்டும். பத்திரச் செலவைக் குறைக்கிறேன் பேர்வழி என்று அதனைக் காட்டாமல் பதிவது பிற்காலத்தில் நமக்குத்தான் சிக்கலை ஏற்படுத்தும்.

11) இன்றைய காலகட்டத்தில் சொத்தின் புகைப்படத்தைப் பத்திரங்களில் காட்டுவது அவசியம். ஆனால் சிலர் பக்கத்தில் உள்ள காலி இடத்தின் புகைப்படத்தை வைத்து கட்டடத்தைக் காட்டாமல் பதிவு செய்கின்றனர். இது சட்டப்படி குற்றம். மேலும் உண்மைத்தன்மை தெரியவரும்போது அந்தப் பத்திரம் ரத்து செய்யப்படும் சூழல்கூட உருவாகும்.

13. வீட்டுமனைக் கடன்கள்

வீடு கட்டவோ அல்லது வாங்கவோ வங்கிகள் கடன் தருவது போல, வீட்டு மனை வாங்கவும் கடன் கிடைக்குமா என்று ஒரு சந்தேகம் நிறையப் பேருக்கு உண்டு. வீட்டுக் கடன்கள் போலவே வீட்டுமனைகள் வாங்கவும் வங்கிகள் கடன் தருகின்றன. அரசு வங்கிகள், சில தனியார் வங்கிகள், மற்றும் சில தனியார் நிதி நிறுவனங்கள் வீட்டு மனை வாங்கத் தனியாகவும் (Plot Purchase Loan) அல்லது வீட்டு மனை வாங்கி அதில் வீடு கட்டிக்கொள்ள (Plot Purchase + Constrcution) எனச் சேர்த்தும் கடன் தருகின்றன.

அனுமதி உள்ள மனைக்கு அதாவது லே அவுட் அப்ரூவல் (Layout Approval) உள்ள மனைகளுக்கு மட்டுமே வங்கிகள் கடன் தருகின்றன. அந்த மனையின் அரசு வழிகாட்டி மதிப்பில் 80 முதல் 90% வரை கடனாகக் கொடுக்கின்றனர்.

வீட்டுமனைக் கடன் வாங்கவேண்டும் என விரும்புவோர், எந்த மனையை வாங்குவது என முடிவு செய்தபின் அந்த மனையின் விற்பனையாளரிடம் ஒரு கிரைய உடன்படிக்கைப் பத்திரம் போட்டுக்கொள்ள வேண்டும். இதனைப் பதிவுசெய்ய வேண்டும் என்ற அவசியம் இல்லை.

இந்த கிரைய ஒப்பந்தப் பத்திரம், விற்பவரின் பெயரில் உள்ள பத்திரத்தின் நகல், அதற்கு முந்தைய மூலப்பத்திரங்களின் நகல், வில்லங்கச் சான்றிதழ் , லே அவுட் அப்ரூவல் ஆகிய ஆவணங்களுடன் நீங்கள் வங்கிக் கடனுக்கு விண்ணப்பிக்கலாம்.

உங்கள் வங்கிக்கடன் அனுமதிக்கப்பட்டால், அந்த மனையை நீங்கள் பதிவு செய்யும்போது, அந்த மனையை விற்பவரின் பெயருக்கே நேரடியாக வங்கியில் இருந்து பணம் கொடுத்துவிடுவார்கள்.

14. வாஸ்துவில் நம்பிக்கை உள்ளவரா நீங்கள்?

ஓர் இடம் வாங்குவதென்பது, நடுத்தர மக்களின் வாழ்வில் ஒரு பெரிய முதலீடு. ஆகையால் ஓர் இடத்தில் முதலீடு செய்யும் முன், அடிப்படையாய் என்னென்னவெல்லாம் தெரிந்து கொள்ளவேண்டும் எனப் பேசுவதுதான் இந்த நூலின் நோக்கம். எனவே இதில் வாஸ்து குறித்துப் பேச வேண்டுமா என்றொரு யோசனை இருந்தது. ஆனால் ஒரு நிலம் வாங்குவது என்பது முதலீடு என்பதோடு அது நமது சென்டிமெண்ட் சார்ந்த விஷயமாகவும் இருக்கிறது.

இங்கு பெரும்பான்மை மக்கள் வாஸ்து சாஸ்திரத்தில் நம்பிக்கை கொண்டிருப்பதால், ஒரு நிலத்தின் விலையை நிர்ணயம் செய்வதிலும் அதன் விற்பனையில் தாக்கம் ஏற்படுத்துவதிலும் வாஸ்து என்பது ஒரு முக்கியக் காரணியாக இருக்கிறது. எனவே வாஸ்துவில் நம்பிக்கை இருக்கிறது அல்லது இல்லை என்பதனைக் காட்டிலும், வாஸ்துவின் அடிப்படையில் இங்கு இருக்கும் / உலவி வரும் சில நம்பிக்கைகளைத் தெரிந்து கொள்வது மிக அவசியம்.

இவை உண்மையா, பொய்யா அல்லது அதன் பின்னால் இருக்கும் அறிவியல் காரணம் என்ன? ஆன்மிகக் காரணம் என்ன என்பதனையெல்லாம் ஆராயாமல், நம் முதலீடு வீணாகிப் போய்விடாமல் இருக்க ஒரு நிலத்தை வாங்கும் முன் என்ன பார்க்கவேண்டும் என்பதனை மட்டும் தெரிந்துகொள்வோம்.

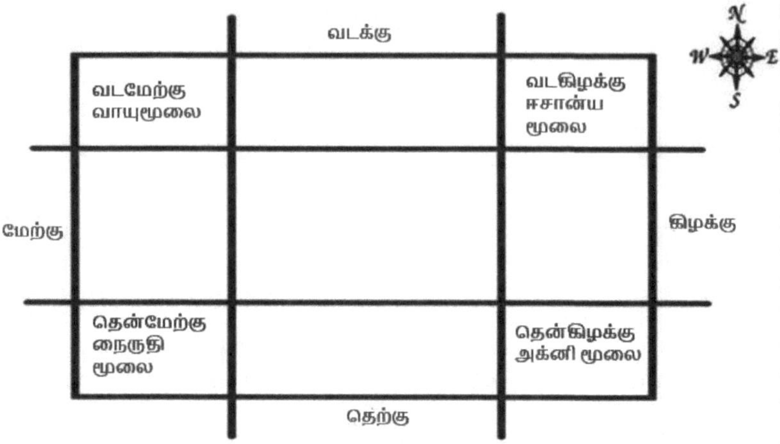

பொதுவாக இந்த வாஸ்து என்று ஆரம்பித்தவுடன், ஈசானிய மூலை, அக்னி மூலை, வாயு மூலை என்று சொல்லித்தான் நம்மைப் பயப்படுத்துவார்கள். அவை திசைகளைக் குறிக்கும் சொற்கள், அவ்வளவுதான். வடகிழக்குத் திசையானது ஈசான்ய மூலை எனவும், தென்கிழக்குத் திசை அக்னி மூலை எனவும், வடமேற்குத் திசை வாயுமூலை எனவும், தென்மேற்குத் திசை நைருதி மூலை எனவும் அழைக்கப்படுகின்றன.

இந்தப் பெயர்களை நினைவில் வைத்துக்கொள்ளுங்கள். இனி ஒரு மனையை வாங்கும்போது என்னவெல்லாம் கவனிக்க வேண்டும் எனப் பார்த்துவிடலாம்.

மனையின் வடிவம்

ஒரு குடியிருப்பு நிலமானது சதுரம் அல்லது செவ்வக வடிவில் இருக்க வேண்டும். வட்ட வடிவம், முக்கோண வடிவம், இணைகரம், சரிவகம், ட வடிவம், சீரற்ற வடிவம் என வேறு விதமான அனைத்து வடிவங்களில் உள்ள நிலமும் தவிர்க்கப்படவேண்டும்.

(நடைமுறையில் சதுரம் அல்லது செவ்வக மனைகள் எளிதாக விற்கும். சீரற்ற வடிவம் உள்ள மனைகள் அது இருக்கும் இடத்திற்கேற்ப விற்பனையாகும். சீரற்ற வடிவ மனையில் வீடு கட்டும்போது அதிகமான நிலம் வீணாகும் என்பதனையும் கவனத்தில் கொள்ளவேண்டும்.)

சில நேரங்களில் ஏதேனும் ஒரு திசையில் நீட்டிக்கப்பட்ட மனைகளை வாங்க நேரிடும். அப்படியான மனைகளில் வடகிழக்கில் நீட்டிக்கப்பட்ட மனைகள் மட்டுமே வாங்குவது

நல்லது. மற்ற எந்தத் திசையில் நீட்டிப்பு இருந்தாலும் அந்த மனையைத் தவிர்ப்பது நல்லது என்பது வாஸ்து நம்பிக்கை.

அதாவது கீழே உள்ள இரண்டு படங்களைப் பாருங்கள். இந்த வடிவில் உள்ள மனைகள் சிறப்பான பலனைக் கொடுக்கும் என்பதுதான் நம்பிக்கை. மற்ற திசைகளில் நீட்டிப்பிருந்தால் தவிர்த்துக்கொள்ளலாம்.

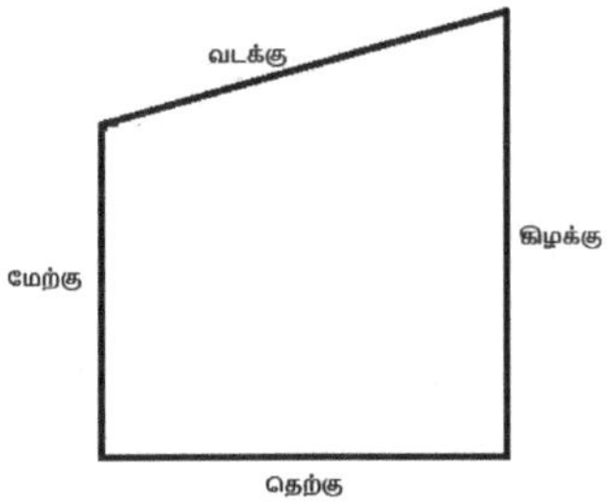

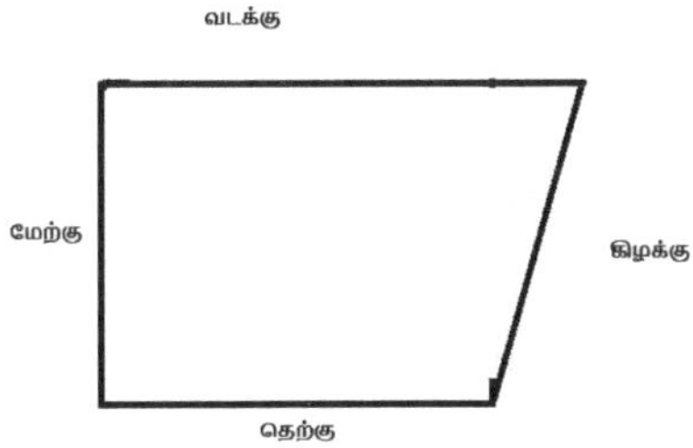

மனையின் திசை

1) வடக்கு மற்றும் கிழக்குப் பார்த்த மனைகள் மிகச் சிறப்பானது.

2) தெற்கு பார்த்த மனைகளைத் தவிர்ப்பது நலம். (ஆனால் ரிஷபம், கன்னி, துலாம், விருச்சிகம், மகரம், தனுசு மற்றும் சிம்ம ராசிக்காரர்கள் தெற்கு வாசல் வீடு கட்டிக்கொள்வது யோகம் என்றும் ஒரு வாஸ்து விதி உள்ளது.)

3) மேற்கு மனைகளை ‘வருண மனை’ என்பார்கள். முறையாகத் திட்டமிட்டு வீடு கட்டாவிட்டால் குடும்பத்தலைவரின் புகழ் குறையும் நிகழ்வுகள் நடக்கும் என்று கூறுவார்கள்.

4) வடக்கிலும் கிழக்கிலும் சாலை உள்ள மனைகளை, ‘ஈசான்ய மனைகள்’ என்பர். இவை அனைத்துச் சிறப்புகளும் உடைய குபேர மனை எனக் கருதப்படுகின்றன.

5) கிழக்கிலும் தெற்கிலும் சாலை உள்ள மனைகள், ‘ஆக்கினேய மனைகள்’ என்றழைக்கப்படுகின்றன. இத்தகைய மனைகளில் வசிப்பவர்களுக்கு உஷ்ணம் சம்பந்தமான நோய்கள் ஏற்படும் என்பது நம்பிக்கை. எனவே கடைகள் போன்ற வியாபாரக் கட்டடங்களை மட்டுமே இதில் கட்ட வேண்டும் என்று கூறப்படுகிறது.

6) தெற்கிலும் மேற்கிலும் சாலை உள்ள மனைகள், ‘நைருதிய மனைகள்’ எனப்படும். வீடு கட்டும்போது கவனமாகக் கட்டாவிட்டால் கைமாறி விடும் என்ற நம்பிக்கை உண்டு. பல சோதனைகளையும் தரும் என்ற நம்பிக்கையும் உண்டு.

7) மேற்கிலும் வடக்கிலும் சாலை உள்ள மனைகள், ‘வாயுவிய மனைகள்’ எனப்படும். இவை பெண்கள் மனதில் குழப்பம் ஏற்படுத்தும் அமைப்புடையவை. ஆகையால் கடைகள் மட்டுமே கட்டிக்கொள்ள வேண்டும் என்று நம்பப்படுகிறது

மனையின் அமைப்பு

1) ஒரு நிலம் மேடு பள்ளங்கள் இன்றிச் சீராக இருத்தல்தான் நலம். மனையைச் சுற்றிப் பள்ளங்களோ அல்லது மனைக்கு உள்ளே பள்ளமோ இல்லாது இருத்தல் வேண்டும்.

2) மனையானது தெற்கே உயர்ந்து வடக்கே பள்ளமாக இருத்தல் வேண்டும். அல்லது மேற்கு உயர்ந்து கிழக்கு பள்ளமாக இருத்தல் வேண்டும்.

3) மனையின் கிழக்கு உயர்ந்து மேற்கு சரிவாக இருந்தால் மருத்துவச் செலவுகள் அதிகரிக்கும் என்பது நம்பிக்கை.

4) மனையின் வடக்கு உயர்ந்து தெற்கு சரிவாக இருந்தால் சண்டை சச்சரவுகளும் பரிகாசப் பேச்சுகளும் ஏற்படும் என்பது நம்பிக்கை.

மனையின் சுற்றுப்புறம்

1) நாம் வாங்கும் மனையின் எதிர்ப் புறத்தில் ஒற்றைப் பனைமரம், கிணறு, ஆலமரம், எருக்கன் செடி ஆகியவை இருக்கக்கூடாது.

2) கோவில் கோபுரத்தின் நிழல் அல்லது ஸ்தூபியின் நிழல் மனையின் மீது விழக்கூடாது.

3) கோவில் வாசலின் முன்புறம் வீடு கட்டக்கூடாது.

4) மனையின் தென்மேற்குப் பகுதியில் நீர்நிலைகள் இருக்கக்கூடாது.

5) மனையின் வடகிழக்குத் திசையில் ஏரி அல்லது நதி இருந்தால் நல்லது.

6) கல்லறைகள் அல்லது மருத்துவமனைகளின் அருகில் குடியிருப்பு மனைகள் வாங்குவதைத் தவிர்ப்பது நலம்.

7) கோவில் இடத்தை வாங்கக்கூடாது.

8) இதற்கு முன்னால் யாகசாலையாக இருந்த நிலத்தை வாங்கக்கூடாது.

9) எறும்புப் புற்றுகள் மற்றும் பாம்புப் புற்றுகள் நிறைந்த இடத்தை வாங்கக்கூடாது.

10) சுற்றுப்புறத்தைவிட மிகவும் தாழ்வான நிலத்தை வாங்கக்கூடாது.

11) நிலத்தில் நீர் ஊற்று கசிந்து கொண்டே இருந்தால் அந்த நிலத்தை வாங்கக்கூடாது.

12) இலவ மரம், மருத மரம், அரச மரம், அருகம் புல், பருத்தி, மூங்கில், புங்கன், பலா மரம், மாமரம், வாழை மரம், புன்னை மரம், தார்ப்பை, நாணல், மல்லிகை, வெள்ளை அரளி, இலுப்பை போன்ற தாவரங்கள் இருப்பின் அவை வாழ்வதற்கேற்ற சிறப்பான நிலங்கள் ஆகும்.

13) பாக்கு, இலவம், நிலவேம்பு, சேரங்கொட்டை, தான்றி போன்ற மரங்களும், முள் செடிகளும் கள்ளிச்செடிகளும் உள்ள நிலங்களைத் தவிர்த்தல் நல்லது.

14) உவர்ப்பு மற்றும் உப்புச் சுவை நிறைந்த மண் உடைய நிலங்களை வாங்கக்கூடாது.

15) பெரும்பாறைகள் நிறைந்த நிலத்தையும் தவிர்க்க வேண்டும்.

மண்ணின் நிறம்

1) ஒரு குடியிருப்பு நிலத்திற்கு மண்ணின் நிறம் மஞ்சளாக இருப்பது சிறப்பு.

2) சிவப்பு அல்லது வெள்ளை மண் நிறங்களும் ஏற்றுக்கொள்ளப்படலாம்.

3) கருப்பு நிற மண் அல்லது களிமண் மனைகளைத் தவிர்த்தல் நலம்.

தெருக்குத்து

சாலை அல்லது தெருவானது மனைக்குச் செங்குத்தாக, அதாவது மனையில் வந்து முட்டுவதுபோல அமைந்திருப்பது, தெருக்குத்து என்றழைக்கப்படுகிறது.

பொதுவாக இதுபோன்ற மனைகள் நல்லதல்ல, தவிர்க்க வேண்டும் என்பார்கள். ஆனால் வாஸ்துவின்படி சில தெருக்குத்துகள் நன்மை தரும். சில தெருக்குத்துகள் தீமை தரும். அவற்றைத் தெரிந்துகொண்டு மனையை வாங்குவது நல்லது. கீழே உள்ள விளக்கப் படத்தைப் பாருங்கள்.

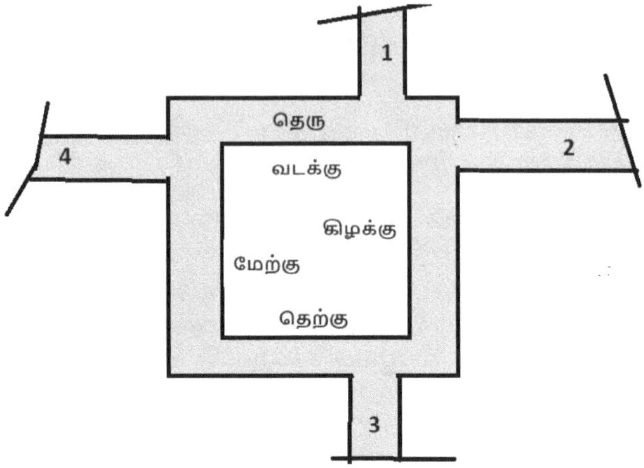

நான்கு திசைகளில் இருந்து வந்து தெருக்கள் மனையில் குத்துவதும், அதற்கு எண்களும் கொடுக்கப்பட்டுள்ளன அல்லவா? அவற்றின் பெயர்களைத் தெரிந்து கொள்ளுங்கள்.

1) வடக்கு ஈசானியத் தெருப்பார்வை
2) கிழக்கு ஈசானியத் தெருப்பார்வை
3) தெற்கு ஆக்கினேயத் தெருப்பார்வை
4) மேற்கு வாயவியத் தெருப்பார்வை

வாஸ்து சாஸ்திர நம்பிக்கையின்படி இந்த நான்கு திசைகளில் இருந்து வரும் தெருக்குத்துகளும் நன்மை தரும். மற்ற எல்லாத் திசைகளில் இருந்து வரும் தெருக்குத்து உள்ள மனைகளைத் தவிர்த்தல் வேண்டும்.

அது போலவே சில நேரம் ஒரு முழு மனை அளவிற்குச் சமமாக, அந்தத் திசையில் இருந்து வந்து தெரு மனையில் முட்டும். அதாவது மனையின் அகலம் 20 அடி இருக்கும். அந்த மனையின் மீது 20 அடி அகலம் உள்ள சாலை வந்து முட்டும்.

இதுபோன்ற மனைகளில் மேலே உள்ள படத்தில் இருப்பது போல வடக்குத் திசை மற்றும் கிழக்குத் திசையில் இருந்து

வரும் தெருக்குத்துகள் நன்மை தரும். மற்ற இரண்டு திசைகளான தெற்கு மற்றும் மேற்குத் திசைகளில் தெருக்குத்து உள்ள மனைகளைத் தவிர்த்திடுதல் நன்று. பொதுவாகவே இதுபோன்ற மனைகளை விற்பதும் சற்றே கடினம்.

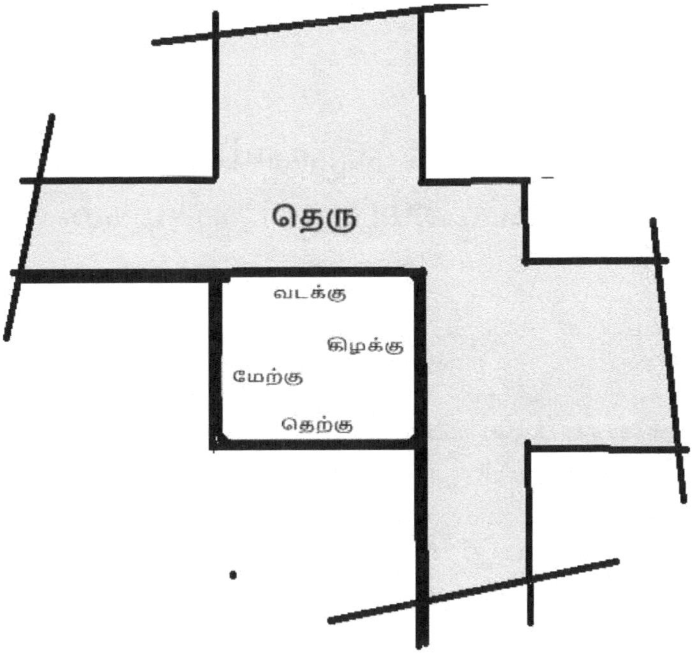

மேலே சொன்ன வாஸ்து விவரங்கள் தவிர இன்னும் நிறைய விஷயங்களை வாஸ்து நிபுணர்கள் சொல்வதுண்டு. ஆனால் மேலே சொன்ன அடிப்படை விஷயங்களை மட்டும் தெரிந்துகொண்டாலே போதும் என்பது என் கருத்து. ஏனெனில் இவைதான் பெரும்பான்மையாய்ப் புழக்கத்தில் உள்ள நம்பிக்கைகள்.

இந்த அத்தியாயத்தை ஆரம்பிக்கும்போது சொன்னதுதான். வாஸ்துவில் எனக்கு நம்பிக்கை இல்லை என்பவர்கள் தாராளமாக எல்லா மனைகளையும் வாங்கிக் கொள்ளலாம். வாஸ்துவில் நம்பிக்கை கொண்டவர்கள் இந்த விதிகளையெல்லாம் பார்த்து மனை வாங்கிக்கொள்ளலாம். ஆனால் இருவருமே நினைவில் கொள்ளவேண்டிய விஷயம், இது போன்ற நம்பிக்கைகளைப் பூர்த்தி செய்யும் மனையின் விற்பனை சற்றே சுலபம் என்பதுதான்.

15. தமிழக வருவாய்த்துறையின் கட்டமைப்பு – அறிமுகம்

பட்டா மாற்றம், பட்டா திருத்தம் என அனைத்து விதமான பணிகளும் வருவாய்த்துறையினரையே சார்ந்திருக்கிறது. ஆகையினால், தமிழக வருவாய்த்துறையின் கட்டமைப்பைப் பற்றிய அறிமுகத்தைத் தெரிந்து கொள்வது நல்லது.

தமிழக வருவாய்த் துறையின் கட்டமைப்பு கீழிருந்து பார்க்கும்போது கிராம நிர்வாக அலுவலரில் இருந்து ஆரம்பிக்கும்.

மாவட்ட ஆட்சித்தலைவர்

மாவட்ட வருவாய் அலுவலர்

வருவாய்க் கோட்ட அதிகாரி

வட்டாச்சியர்

மண்டல துணை வட்டாச்சியர்

வருவாய் ஆய்வாளர்

கிராம நிர்வாக அலுவலர்

தமிழகத்தில் உள்ள ஊராட்சி (Village Panchayat), பேரூராட்சி (Town Panchayat), நகராட்சி (Municipality), மாநகராட்சி (Corporation) என அனைத்து உள்ளாட்சி அமைப்புகளும் சுமார் 16,500க்கும் மேற்பட்ட வருவாய் கிராமங்களாக (Revenue Villages) பிரிக்கப்பட்டுள்ளன. மக்கள்தொகை அதிகம் உள்ள மாநகராட்சி, நகராட்சி, பேரூராட்சிகள் ஒன்றுக்கு மேற்பட்ட வருவாய் கிராமங்களாகப் பிரிக்கப்பட்டிருக்கும். அதே சமயம் ஊராட்சியில், மக்கள் தொகை குறைவாக உள்ள சில கிராமங்களை ஒன்றுசேர்த்து ஒரு வருவாய் கிராமமாக உருவாக்கி இருப்பதும் நிகழும். இப்படிப் பிரிக்கப்பட்ட ஒவ்வொரு வருவாய் கிராமத்திற்கும் ஒரு கிராம நிர்வாக அதிகாரி (Village administrative Officer) இருப்பார். இவருக்கு உதவியாகக் கிராம உதவியாளர்கள் (தலையாரி என்று சொல்வார்கள்) இருப்பார்கள். பிறப்பு முதல் இறப்பு வரை கிராமங்களில் நிகழும் அ முதல் ஃ வரையிலான அனைத்து விஷயங்களுக்கும் பொறுப்பு, அலுவலர் கிராம நிர்வாக அதிகாரிதான்.

இப்படியான சில வருவாய் கிராமங்கள் ஒன்று சேர்ந்து ஒரு வருவாய் ஆய்வாளரின் (Revenue Inspector) கீழ் வரும். இதனை பிர்க்கா என்றழைப்பார்கள். தமிழகத்தில் சுமார் 1120 வருவாய் ஆய்வாளர் அலுவலகங்கள் உள்ளன. கிராம நிர்வாக அலுவலர்கள் இவர்களுக்குக் கீழே பணிபுரிவார்கள்.

வருவாய் ஆய்வாளர்களுக்கு மேலே வட்டாட்சியர்கள் (Thasildhar) வருவார்கள். ஒரு மாவட்டமானது சில வருவாய் வட்டங்களாகப் பிரிக்கப்பட்டிருக்கும். தமிழகத்தில் 220 வருவாய் வட்டங்கள் உள்ளன. இவற்றின் தலைவராக வட்டாட்சியரும் அவருக்குக் கீழே சில துணை வட்டாட்சியர்களும் இருப்பார்கள்.

இவர்களுக்கு மேலே வருவாய்க் கோட்ட அதிகாரி இருப்பார். சில வட்டாட்சியர் அலுவலகங்கள் ஒன்றுசேர்ந்து ஒரு வருவாய்க் கோட்டமாக இருக்கும். தமிழகத்தில் 76 வருவாய்க் கோட்டங்கள் உள்ளன.

இவர்கள் அனைவருக்கும் மேலே மாவட்ட ஆட்சித்தலைவர் இருப்பார்.

இப்படி வருவாய்த் துறையானது பல படிநிலைகளில் செயல்படுகிறது. ஒவ்வோர் அதிகாரிக்கும் ஒவ்வொரு விதமான படிநிலை அதிகாரம் கொடுக்கப்பட்டுள்ளது.

16. ஐயங்கள் ஆயிரம்

நத்தம் சர்வே எண், யு.டி.ஆர். சர்வே எண், ரீ சர்வே எண், டவுன் சர்வே எண் என்று மாறி மாறிச் சொல்கிறார்களே. அது என்ன?

நத்தம் என்றால் குடியிருப்பு நிலம் என்று பொருள். அந்த நிலத்தை அளவீடு செய்து தரப்படும் சர்வே எண்கள் நத்தம் சர்வே எண் ஆகும்.

யு.டி.ஆர். சர்வே குறித்து ஏற்கெனவே பார்த்தோம். 1984 வாக்கில் தமிழகத்தில் நிலங்களை அளவை செய்து, பழைய தவறுகளை எல்லாம் நீக்கி புதிய பட்டாக்கள் வழங்கினார்கள். அதற்கு முன்னால் உள்ள பட்டாக்கள் செல்லாது என்றும் அறிவித்தார்கள். இந்த நில அளவையில் வந்த சர்வே எண்கள் யு.டி.ஆர். சர்வே எண் எனப்படும்.

ஒரு கிராமத்தில் உள்ள நிலங்களில் நிறைய உட்பிரிவுகள் அதாவது சப் டிவிஷன் நடக்கும்போது என்ன ஆகும்? குழப்பங்கள் வர வாய்ப்பிருக்கும் அல்லவா? உதாரணமாக 10000 சதுர அடி உள்ள நிலத்திற்கு 202 என்ற சர்வே எண் உள்ளது என வைத்துக் கொள்வோம். இது இரண்டாய்ப் பிரிகிறது. அப்போது என்ன ஆகும்? சர்வே எண் 202/1, 202/2 எனப்பிரியும். 202/1 மீண்டும் 202/1A, 202/1B எனப்பிரிகிறது. மீண்டும் 202/1A ஆனது 202/1A1, 202/1A2 எனப்பிரிகிறது. இப்படி அத்தனை சர்வே எண்களும் பிரிந்துகொண்டே செல்லும்பொழுது குழப்பங்கள் நிகழ வாய்ப்புண்டு அல்லவா? எனவே அந்தக் கிராமத்தில் மறு நில அளவை (Re Survey) நடைபெறும். அதன் மூலம் குழப்பங்கள் நீக்கப்பட்டு, அத்தனை வருவாய்த்துறை ஆவணங்களிலும் மாற்றம் செய்யப்படும். இந்த சர்வே எண்ணை இதனை ரீ சர்வே எண் என்பார்கள்.

ஒரு கிராமம், நகரமாக மேம்படும்போது, நகர அளவை மேற்கொள்ளப்பட்டுப் பிரிக்கப்படும். இப்போது வழங்கப்படும் சர்வே எண்ணை டவுன் சர்வே எண் (TS No) என்று குறிப்பிடுவார்கள்.

பைமாஷ் எண் என்றால் என்ன?

முதன்முதலில் நிலங்களை எதற்காக சர்வே செய்து இருப்பார்கள்? நிச்சயம் வரி வசூல் செய்வதற்காகத்தான் அல்லவா? எனவே நாம் முன்னரே சொன்னது போல இந்த நிலங்களை அளக்கும் சர்வே முறை என்பது ஆதியில் இருந்தே இருந்திருக்கவேண்டும்.

இப்போது நம்மிடம் இருக்கும் சர்வே எண்களைப் போலவே, முன் நாள்களிலும் குறியீடு இருந்திருக்கும். அளவீட்டு முறை இருந்திருக்கும் அல்லவா? இதனை எதற்காகச் சொல்கிறேன் என்றால் சர்வே முறை என்பது பல நெடுங்காலமாக இருந்துள்ளது என்பதனைப் புரியவைக்கத்தான். பலவிதமான சர்வே முறைகள் வழக்கில் இருந்திருக்கும் என்பதனைச் சொல்லத்தான். தற்போது நடைமுறையில் இருக்கும் சர்வே முறை, தோராயமாக 1850களின் பிற்பகுதியில் ஆரம்பிக்கப்பட்டது.

இப்போது நடைமுறையில் உள்ள சர்வே முறையானது முக்கோணவியலின் (Trigonometry) அடிப்படையில் அமைந்தது. அதாவது ஒரு பெரிய நிலமானது சிறு சிறு முக்கோணங்களாகப் பிரிக்கப்பட்டு சர்வே செய்யப்படும். முக்கோணவியல் சூத்திரங்களின் அடிப்படையில் அந்த சர்வே விவரங்களை எளிதாக வரைபடமாக வரைய முடியும் (சரியான விகிதம் மற்றும் கோணத்தில்) என்பதனால் இந்த முறை பயன்படுத்தப்படுகிறது. இந்த முறையில் சர்வே செய்யச் சங்கிலிகளைப் பயன்படுத்துவார்கள்.

இந்த முறையில் கொடுக்கப்பட்ட சர்வே எண்கள் இப்போது நடைமுறையில் உள்ளது. அப்படியாயின் இவை வருவதற்கு முன்னால்? நிச்சயம் ஒரு நில அளவையும் சர்வே எண்ணும் இருந்திருக்கும் அல்லவா? அவைதான் பைமாஷ் எண்கள் (Pymash Numbers). பிரிட்டிஷ் ஆட்சிக் காலத்தில் இந்த எண்கள் பெருவாரியாக நடைமுறையில் இருந்தது. பைமாஷ் முறையில் நிலத்தைச் சதுரம் அல்லது செவ்வகமாகப் பிரித்து சர்வே செய்வார்கள். இப்படியான சதுரம் அல்லது செவ்வகமாகப் பிரிக்கப்படும் ஒரு நிலத்துண்டு என்பது 420 சதுர மீட்டராக இருக்கும். இப்படிப் பிரிக்கப்பட்ட ஒவ்வொரு

நிலத்துண்டிற்கும் கொடுக்கப்பட்ட எண்கள்தான் பைமாஷ் எண்கள்.

தற்போது சர்வே பணிக்குச் சங்கிலி பயன்படுத்தப்படுவது போல, பைமாஷ் சர்வேக்கு நீளமான கோல்கள் பயன்படுத்துவார்கள். ஒரு கோல் என்பது 33 அடி நீளம் இருக்கும். அத்தகைய கோல்கள் பலவற்றைக் கொண்டுதான் பெரிய நிலங்களை அளந்து பிரிப்பார்கள்.

இன்றைக்கும் பல பழைய பத்திரங்களில் பைமாஷ் எண்கள் குறிக்கப்பட்டிருப்பதைக் காணலாம். தற்போது நடைமுறையில் உள்ள சர்வே முறையானது ஒரே குறிப்பிட்ட நேரத்தில் இந்தியா முழுதும் ஆரம்பிக்கப்படவில்லை. ஒவ்வொரு பகுதியிலும் ஒவ்வொரு காலத்தில் ஆரம்பிக்கப்பட்டிருக்கும். எனவே பைமாஷ் எண்கள் இந்தக் காலகட்டத்திற்கு முன்னர்தான் இருக்கும் எனப் பிரித்துச் சொல்லிவிட இயலாது. ஒரு நிலத்தின் பைமாஷ் எண் குறித்த ஆவணங்கள் தேவையெனில் மாவட்ட ஆட்சியர் அலுவலகத்தில் இருந்துதான் பெறமுடியும்.

எஸ்.எல்.ஆர். (SLR) ஆவணம் என்றால் என்ன?

Settlement Land Register என்பதன் சுருக்கம்தான் SLR. ஒவ்வொரு காலகட்டத்திலும், மக்கள் தொகையும் நிலப்பயன்பாடும் அதிகரிக்க அதிகரிக்க வருவாய்த்துறை ஆவணங்களில் மாற்றம் நிகழ்ந்து கொண்டேயிருக்கும். ஒவ்வொரு காலகட்டத்திலும் ஒவ்வொரு விதமான ஆவணங்கள் வருவாய்த்துறையினரால் பராமரிக்கப்பட்டிருக்கும். அப்படி 1923 முதல் 1955 வரை வருவாய்த்துறையினரால் புதிய பட்டாக்கள் தயாரிக்கப்பட்டன. இந்த ஆவணங்கள்தான் எஸ்.எல்.ஆர். என அழைக்கப்படுகிறது.1984 வாக்கில் யூ.டி.ஆர். சர்வே நிகழ்ந்தது என்பதனைப் பார்த்தோம். அதற்கு முந்தைய ஆவணங்கள் இவை.

மாவட்ட ஆட்சியர் அலுவலகம், மத்திய நில அளவைத்துறை மற்றும் நில ஆவணக் காப்பகத்தில் இருந்து இந்த ஆவண நகல்களைப் பெறலாம்.

போலி பட்டாவைக் கண்டறிவது எப்படி?

இது கணினி காலம் அல்லவா? சுலபமாகக் கண்டறியலாம். நாம் ஏற்கெனவே பார்த்த https://eservices.tn.gov.in/eservicesnew/home.html இணையத்தில் உங்களிடம் உள்ள பட்டாவின் சர்வே எண் முதலிய விவரங்களை உள்ளிட்டால்

பட்டா யார் பெயரில் உள்ளது என்ற விவரம் கிடைத்துவிடும். அல்லது கிராம நிர்வாக அலுவலகத்தில் நேரடியாகவும் சென்று அறிந்து கொள்ளலாம்.

பஞ்சமி நிலம் என்றால் என்ன? அதனை வாங்கலாமா?

பஞ்சமி நிலம் என்பதனை டி.சி. நிலம் (Depressed Class land) என்றும் அழைப்பார்கள். 1892ம் ஆண்டு நிலம் இல்லாத ஏழைப் பட்டியல் பிரிவு (Scheduled Caste) மக்களுக்காக வழங்கப்பட்ட விளைநிலங்கள்தான் பஞ்சமி நிலம் என்று அழைக்கப்படுகிறது. ஏடி பட்டா (Adi dravidar patta) இந்த நிலங்களுக்கு வழங்கப்பட்டிருக்கும். பட்டியலினம் மற்றும் பழங்குடியினரின் சமூக மற்றும் பொருளாதார உயர்வுக்காக இந்த நிலங்கள் வழங்கப்பட்டன. இந்த நிலங்களைப் பிறர் வாங்க இயலாது.

நீங்கள் வாங்கும் நிலம் பஞ்சமி நிலமா என்பதனை தெரிந்துகொள்வது அவசியம். அதற்கு நீங்கள் அணுகவேண்டிய இடம் கிராமநிர்வாக அலுவலகம். நீங்கள் வாங்கப்போகும் நிலத்தின் சர்வே எண்ணைக் கொடுத்தால் அது பஞ்சமி நிலமா அல்லது கண்டிசன் பட்டா நிலமா போன்ற விவரங்களைச் சொல்லி விடுவார்கள்.

ஒரு நிலத்தை வாங்கப்போகும் முன் வில்லங்கச் சான்றிதழ் பார்ப்பது எவ்வளவு அவசியமோ அதேபோல கிராம நிர்வாக அலுவலகத்தில் இந்த விவரங்களையும் பார்ப்பது அவசியம்.

ஆதிதிராவிடர்களைத் தவிர வேறு நபர்கள் யாரும் இந்த நிலத்தை வாங்கக் கூடாது என்பதுதான் சட்டம்.

நில உச்சவரம்பு சட்டம் என்றால் என்ன?

குறிப்பிட்ட நபர்களிடம் நில உரிமை குவிந்து கிடப்பதைத் தவிர்க்கவும், விவசாய நிலத்தின் உரிமையில் உள்ள ஏற்ற தாழ்வுகளைக் குறைக்கவும் 1958ல் இந்திய அரசினால் நில உச்சவரம்புச் சட்டம் கொண்டுவரப்பட்டது. 1961 ஏப்ரல் 6ம் தேதி தமிழ்நாடு நிலச்சீர்திருத்தங்கள் சட்டம் நடைமுறைக்கு வந்தது.

இந்தச் சட்டத்தின்படி ஐந்து உறுப்பினர்களைக் கொண்ட ஒரு குடும்பம் அதிகபட்சமாக 30 ஏக்கர் நிலமும், ஐந்துக்கும் மேற்பட்ட உறுப்பினர் எனில் அதிகமான உறுப்பினர்கள் ஒவ்வொருவருக்கும் 5 ஏக்கர் என அதிகபட்சம் 60 ஏக்கர் நிலமும் வைத்துக் கொள்ளலாம். 1970ம் ஆண்டு இந்தச் சட்டம் திருத்தப்பட்டு 30 ஏக்கர் என்பது 15 ஏக்கராகக்

குறைக்கப்பட்டது. இந்தச் சட்டத்தின்கீழ் 2381 சதுர ஹெக்டேர் நிலம் அரசினால் கையகப்படுத்தப்பட்டது. ஆனால் இப்படிக் கையகப்படுத்தப்பட்ட நிலங்களில் பல சதுர ஹெக்டேர் நிலங்கள் முறையாக அரசினால் கைப்பற்றப்பட முடியாமல் மக்களின் அனுபவத்திலேயே இருந்ததால், அவர்கள் அதனை விற்கவும் செய்தார்கள். அதன் பின்னர் அது கைமாறிக் கைமாறி இன்றைக்கும் புழக்கத்தில் இருக்கிறது. நில உச்சவரம்புச் சம்பந்தமாகப் பல சதுர ஹெக்டேர் நிலங்கள் தொடர்பான வழக்குகள் நிலுவையில் உள்ளன.

ஒரு நிலம் உச்சவரம்புச் சட்டத்தில் இருந்தால் கிராமக் கணக்கில் ULT (Urbanland Tax) எனக் குறிப்பிடப்பட்டிருக்கும். அதேபோல அது சம்பந்தமான வழக்குகள் இருப்பின் நீதிமன்ற ஆணை எண்களும் குறிக்கப்பட்டிருக்கும். எனவே ஏற்கெனவே கூறியதுபோல ஒரு நிலம் வாங்கும் முன் இதுகுறித்த விவரங்களையும் கிராம நிர்வாக அலுவலரிடமிருந்து தெரிந்துகொள்ள வேண்டும்.

பூமிதான இயக்க நிலம் என்றால் என்ன?

1951ம் ஆண்டு திரு வினோபா பாவேவால் ஆரம்பிக்கப்பட்ட இயக்கம்தான் பூமிதான இயக்கம் அல்லது நிலக்கொடை இயக்கம் ஆகும். இந்தியா முழுவதும் இருந்த பெருநில முதலாளிகள் தங்களிடம் இருந்த நிலத்தில் ஒரு பகுதியைத் தாமாக முன்வந்து இந்த இயக்கத்திற்கு நன்கொடையாக அளித்தார்கள். இதற்காக வினோபா பாவே அவர்கள் இந்தியா முழுவதும் பயணம் செய்து பிரச்சாரம் செய்தார். இப்படித் தானமாகப் பெறப்பட்ட நிலமானது பின்னர் ஏழைகளுக்கு விவசாயம் செய்யப் பகிர்ந்தளிக்கப்பட்டது.

சில இடங்களில் பஞ்சமி நிலம் என்பதனையும் பூமிதான நிலத்தையும் குழப்பிக் கொள்வதுண்டு. பூமிதானம் பெறும் ஏழை விவசாயிகள் எந்த வகுப்பினராகவும் இருக்கலாம். ஆனால் பஞ்சமி நிலம் என்பது ஆதிதிராவிடர்களுக்கு மட்டுமே ஆனது என்பதனையும் நினைவில் கொள்ளுங்கள்.

பூமிதான நிலம் பெற்ற பயனாளிகள் அந்த நிலத்தை அனுபவிக்கலாமே தவிர அதனை விற்கவோ, ஒத்திக்கு விடவோ, அடமானம் வைக்கவோ, தானம் தரவோ இயலாது. அதே போல மூன்றுஆண்டுகளுக்கு அந்த நிலத்தில் பயிரிடப்படாமல் இருந்தால் நிலமானது பூமிதான இயக்கத்தினால் கையகப்படுத்தப்பட்டு விடும். அதே போல பூமிதானம் பெற்றவரின் காலத்திற்குப் பிறகு, அவரின் வாரிசு

அந்த நிலத்தை பூமிதான இயக்கத்திற்கு முறையான தகவல் தந்து, அவர்களிடம் தமது பெயரைப் பதிவு செய்தபின் அந்த நிலத்தைப் பயன்படுத்திக் கொள்ளலாம்.

நிலங்களை தானமாகத் தரும் நிலக்கிழார்கள், அந்த நிலங்களை பூமிதான இயக்கத்தின் பெயரில் தானமாகப் பதிவுசெய்து தருவார்கள். அந்த நிலங்கள் ஏழைகளுக்குப் பகிர்ந்தளிக்கப்படும்போது அந்தப் பயனாளர்களின் பெயரில் பதிவுசெய்ய மாட்டார்கள். மாறாக ஒரு சிறப்பு முத்திரைத்தாளில் ஒப்படைப்பு ஆவணம்போல நிபந்தனைகளைப் பதிவுசெய்து தருவார்கள். இந்த முத்திரைத்தாளில், காந்தி – வினோபா பாவே ஆகியோரின் படமும், ஏர் உழவன் முத்திரையும் இருக்கும். அந்தக் காலங்களில், இதனை ஏர் உழவன் பட்டா என்பார்கள். (ஆனால் கிராமக் கணக்கில் உள்ள அசல் பட்டா என்பது பூமிதான இயக்கத்தின் பெயரில்தான் இருக்கும்.)

இந்த பூமிதான இயக்க நிலங்களால் என்ன பிரச்சினை என்பதனையும் தெரிந்து கொள்ள வேண்டாமா?

பூமிதானம் பெற்ற பயனாளிகள் அந்த நிலத்தை விற்க முடியாது – அப்படியே விற்றாலும் அது செல்லாது.

பூமிதானமாகப் பெறப்பட்ட சில ஆயிரம் ஏக்கர் நிலங்களே பயனாளிகளுக்குப் பகிர்ந்தளிக்கப்பட்டது. இன்னும் பல ஆயிரம் ஏக்கர் நிலங்கள் சட்ட சிக்கல்களால் பூமிதான இயக்கத்திடமே இருக்கிறது. அதேபோல, உரிமையாளர்களின் வாரிசுகள் நிலங்களை முறையாக ஒப்படைக்காமல் இன்னும் அனுபவித்து வரும் பல ஆயிரம் ஏக்கர் நிலங்களும் கையகப்படுத்தப்படாமலே இருக்கின்றன.

பூமிதான நிலங்கள், பூமிதான இயக்கத்தின் பெயரில் பதிவுசெய்யப்பட்ட ஆண்டு 1951, 52 காலகட்டங்கள். அதன் பிறகு அப்படிப் பதிவுசெய்யப்பட்ட எல்லா நிலங்களின் பட்டாவும் பூமிதான இயக்கத்தின் பெயரில் மாற்றப்படவில்லை. சில இடங்களில் நன்கொடை கொடுத்தவர்கள் பிற்பாடு கொடுக்க மாட்டேன் என்று மறுத்ததும் சில இடங்களில் அவர்களின் வாரிசுகள் சட்டப் பிரச்சினைகளை ஏற்படுத்தியதும் நிகழ்ந்ததால், பாதி நிலங்களின் பட்டா அந்தத் தனிமனிதர்களின் பெயரிலேயே இருந்தது.

நாம் ஒரு நிலம் வாங்கும்போது, பொதுவாக 1970 அல்லது 80க்குப் பிறகான (கணினியில் விவரங்கள் ஏற்றப்பட்ட

ஆண்டிலிருந்துதான்) வில்லங்கச் சான்றிதழ் வாங்குகின்றோம். அதனால் 1950களில் நிகழ்ந்த இந்த பூமிதான நிலங்களின் பதிவு நம் கவனத்திற்கு வராமலே போகலாம். ஒருவேளை அந்த நிலங்களின் கிராமக் கணக்கு (அதாவது பட்டா முதலிய விவரங்கள்) பூமிதான இயக்கம் பெயரில் மாற்றப்படாது இருப்பின், இந்த விவகாரம் நமக்குத் தெரியாமலே போய் பின்னாளில் நமக்குப் பிரச்சினை ஏற்படுத்தக்கூடும்.

எனவே நாம் வாங்கும் நிலம் பூமிதான இயக்க நிலமா என அக்கம் பக்கம் விசாரித்து அறிந்து கொள்வதோடு 1950களில் இருந்து வில்லங்கச் சான்றிதழ் வாங்கிப் பார்த்துக்கொள்வதும் நலம்

ஹாகா நிலம் என்றால் என்ன?

Hill Area Conservation Authority என்பதன் சுருக்கமே HACA. அதாவது ஹாகா. தமிழ்நாட்டின் மலைப்பகுதிகளில் உள்ள இயற்கைவளத்தைக் காப்பாற்ற 1990களில் தமிழக அரசினால் இந்த ஆணையம் அமைக்கப்பட்டது. இந்த ஆணையத்தில் இரண்டு ஐ.ஏ.எஸ். அதிகாரிகளும், முக்கியமான அனைத்துத் துறைகளில் உள்ள இயக்குநர்கள் மற்றும் தலைமைப் பொறியாளர்கள் இந்த ஆணைய உறுப்பினர்களாய் இருப்பார்கள்.

ஒவ்வொரு மூன்று வருடமும் இந்த ஆணையம் தணிக்கை செய்து அறிக்கை வெளியிடும். இந்த ஆணையம் 55 தாலுகாக்களில் இருந்து 580க்கும் மேற்பட்ட கிராமங்களை மலையும் மலை சார்ந்த பகுதிகளாகவும் அறிவித்தது. இப்படி அறிவிக்கப்பட்ட பகுதிகளில், இந்தக் குழுவின் அனுமதி பெறாது ரியல் எஸ்டேட் திட்டங்களோ, தொழில் நிறுவனங்களோ கட்டப்படக்கூடாது என்ற விதி உருவாக்கப்பட்டது. ஆனால் இதன் அனுமதி இன்றி மலைப்பகுதிகளில் நிறைய லே அவுட்கள் உருவாக்கப்பட்டு மனைகள் விற்கப்பட்டுள்ளன.

பிற்பாடு ஒரு பொதுநல வழக்கின் காரணமாக, அங்கீகாரம் பெறாத மனைகள் விற்பனைக்குத் தடைசெய்யப்பட்டு, அந்த மனைகள் அங்கீகாரம் பெற வேண்டும் என்று நீதிமன்றம் ஆணையிட்டபோது, இந்த மலைப்பகுதி மனைகளில் பெரும்பான்மையானவற்றிற்கு அனுமதி கொடுக்க ஹாகா ஆணையம் தடையில்லாச் சான்று தரவில்லை. எனவே இன்னும் பல மனைகள் அங்கீகாரம் இன்றி உள்ளன. எனவே மலைப் பகுதிகளில் இடம் வாங்கும்போது அது ஹாகா

நிலப்பட்டியலில் உள்ளதா என உறுதி செய்துகொள்வது அவசியம்.

பில் நிலம் (BIL) என்றால் என்ன?

BIL என்ற ஆங்கில எழுத்துகளின் சுருக்கத்தைத்தான் பில் என்று சொல்கிறார்கள். Bought in Land என்பதன் சுருக்கம்தான் BIL.

சில நேரங்களில் வரியைச் செலுத்தவில்லை, கடனைச் செலுத்தவில்லை, ஏதேனும் இழப்பீட்டைத் தரவில்லை என இப்படிப் பல காரணங்களுக்காக அரசு, ஒரு தனிநபருக்குச் சொந்தமான நிலத்தை ஜப்தி செய்து ஏலத்திற்குக் கொண்டு வருவது உண்டு. அந்த நிலத்தை ஒருவேளை யாருமே ஏலத்திற்கு வாங்கவில்லை என்றால் அரசே ஒரு சிறிய தொகையைக் கொடுத்து அதனை வாங்கிக் கொள்ளும்.

இப்படி அரசு வாங்கிய நிலத்தை BIL என்று வகைப்படுத்தி வைத்திருப்பார்கள். 12 ஆண்டுகளுக்கு அந்த நிலமானது இந்த BIL வகையில் இருக்கும். ஒருவேளை அந்த நிலத்தின் சொந்தக்காரர்கள் இந்த 12 ஆண்டுகளுக்குள்ளாக அரசுக்குச் செலுத்தவேண்டிய தொகை அனைத்தையும் செலுத்திவிட்டால் இந்த நிலங்களைத் திரும்ப வாங்கிக்கொள்ளலாம். அப்படி வாங்கவில்லையெனில், 12 ஆண்டுகளுக்குப் பிறகு இந்த நிலம் புறம்போக்கு நிலமாக மாற்றப்படும். இதனை ஏலத்தரிசு என்று சொல்வார்கள்.

சில இடங்களில், சில கனவான்கள் இதுபோன்ற BIL நிலங்களை மனைகளாகப் பிரித்து அப்பாவி மக்களுக்கு ஏமாற்றி விற்ற கதையும் நடந்துள்ளது. அந்த மக்களால் பட்டாவோ, கட்டட அனுமதியோ வாங்க இயலாமல் போயிருக்கும். இது போன்ற விஷயங்களுக்காகத்தான், ஓர் இடத்தை வாங்கும் முன் பட்டாவையும் கண்டிப்பாய்ப் பார்க்க வேண்டும் என்று வலியுறுத்துவது.

பீமா பட்டா என்றால் என்ன?

உண்மையில் பீமா பட்டா என்பது ஓர் ஆவணமே இல்லை. B memo என்பதைத்தான் பேச்சு வழக்கில் பீமா என்று சொல்கின்றனர். அரசு புறம்போக்கு நிலத்தில் குடியிருக்கும் மக்கள் அங்கு அதிக காலம் குடியிருந்து இருந்தாலும், சில தவிர்க்க இயலாத காரணத்தினால் அவர்களுக்கு பட்டா வழங்காது, அவர்களை அங்கிருந்து காலி செய்யச்சொல்லி அரசு நோட்டீஸ் கொடுக்கும். அந்த அறிவிப்பின் பெயர்தான் பி மெமோ. (B memo)

1970 அல்லது அதற்கு முன்பான காலகட்டங்களில் இது பெருவாரியாக நடந்தது. ஆனால் சில மக்கள் இதனை பட்டா என எண்ணி (பீமா பட்டா) ஏமாந்ததும் அந்த நிலத்தைச் சிலர் வாங்கி பிற்பாடு அது அரசினால் கையகப்படுத்தப்பட்டதும் நிகழ்ந்தது.

பி பதிவேடு என்றால் என்ன?

அ பதிவேடு (A Register) என்றால் என்ன என நமக்குத்தெரியும். அது என்ன பி பதிவேடு (B Register)? ஒரு கிராம நிர்வாக அதிகாரியின் பணி என்பது பரந்துபட்டது. ஒரு கிராமத்தின் முழுமையான விவரங்களும் அவரிடம் இருக்கவேண்டும் அல்லவா? அதன் ஒரு பகுதியாகத்தான் அவர் அ பதிவேடு, பி பதிவேடு போன்ற பதிவேடுகளைக் கிராமத்தின் நிலக்கணக்கினைப் பதிவு செய்வதற்காகப் பராமரிப்பார்.

பி பதிவேடு என்பது இனாம் செட்டில்மெண்ட் நிலங்களைப் பதிவு செய்வதற்காகப் பயன்படுத்தப்படுவது. பழைய கால எஸ்டேட் இனாம் நிலங்கள் மற்றும் 1963க்கு முன்பான கிராமக்கணக்கில் உள்ள நிலங்கள் போன்றவற்றை இதன் மூலம் அறிந்து கொள்ளலாம். ஒவ்வொரு ஜமாபந்தி அன்றும் இது தணிக்கை செய்யப்படும்.

இந்தப் பதிவேடு மட்டுமன்றி இன்னும் சில முக்கியப்பதிவேடுகளும் பராமரிக்கப்படுகின்றன. அவை குறித்தும் பார்த்துவிடலாம்.

பி1 பதிவேடு (B1 Register) – இந்தப் பதிவேட்டில் கோவில்கள் மற்றும் இன்ன பிற வழிபாட்டுத் தலங்களுக்குத் தானமாகக் கொடுக்கப்பட்ட நிலங்கள் மற்றும் அறக்கட்டளை நிலங்கள் போன்றவற்றின் விவரங்கள் பதிவுசெய்யப்படும். இதுபோன்ற தானம் செய்யப்பட்ட நிலங்களை விவசாய நிலங்களாக அரசு பயன்படுத்திக்கொள்ள பெரிதும் உதவும் ஒரு பதிவேடு இது.

சி பதிவேடு (C Register) – அரசின் குத்தகை நிலங்கள் குறித்த விவரங்கள் இந்தப் பதிவேட்டில் பதிவு செய்யப்படும்.

டி பதிவேடு (D Register) – பொருளாதார நிலையில் நலிவுற்றவர்கள், தாழ்த்தப்பட்டோர், பழங்குடியினர் ஆகியோர்களுக்கு ஒதுக்கீடு செய்யப்பட்ட நிலங்களைக் குறித்த விவரங்கள் இதில் பதிவு செய்யப்படும்.

எஃப் பதிவேடு (F Register) – அரசின் ஒரு துறையில் இருந்து மற்றொரு துறைக்கு நில உரிமை மாற்றம் செய்யப்பட்டது குறித்த தகவல்கள் இதில் இருக்கும்.

ஜி பதிவேடு (G Register) – வாரிசுதாரர்கள் இல்லாததால் அரசு கையகப்படுத்திக் கொண்ட நிலங்களின் விவரம் இந்தப் பதிவேட்டில் இருக்கும்.

இவைகள் தவிர இன்னும் பலவிதமான பதிவேடுகள் கிராமக்கணக்கில் பராமரிக்கப்படுகின்றன.

ஜமாபந்தி என்றால் என்ன?

ஆண்டுதோறும் மே அல்லது ஜூன் மாதத்தில், ஒவ்வொரு கிராமம்தோறும் வருவாய்த்துறையினரால் நடத்தப்படும் தணிக்கையே (Auditing) ஜமாபந்தி என அழைக்கப்படுகிறது.

இந்த ஜமாபந்தியில் கிராம நிர்வாக அலுவலர் (Village administrative Officer), வருவாய் ஆய்வாளர் (Revenue Inspector), வட்டாட்சியர் (Thasildhar) மற்றும் மாவட்ட வருவாய் அலுவலர் (District Revenue Offcier) என அனைத்து அதிகாரிகளும் ஒரே இடத்தில் இருப்பார்கள்.

பட்டா மாறுதல் செய்ய வேண்டும், நில அளவை செய்ய வேண்டும், இலவச பட்டா வேண்டும், பட்டாவில் திருத்தம் செய்யவேண்டும் என்று நிலம் தொடர்பான நமது அனைத்து விண்ணப்பங்களையும், ஜமாபந்தியில் சென்று கொடுக்கலாம். அனைத்து உயர் அதிகாரிகளும் ஒரே இடத்தில் இருப்பதனால் நமது விண்ணப்பம் உடனடியாகப் பரிசீலிக்கப்பட்டு முடிவு செய்யப்படும். ஒரே இடத்தில் அனைத்து அலுவலர்களும் இருப்பதனால் கால தாமதம் தவிர்க்கப்படும்.

ஈஸ்மெண்ட் பாத்தியம் என்றால் என்ன?

பொதுவாக நிலத்தை அடைய உதவும் பாதையை இரண்டு வகையாகப் பிரிக்கலாம். ஒன்று பொதுப்பாதை (Common Pathway), இரண்டு தனிநபர் உரிமைப்பாதை (Private Pathway). பொதுப்பாதையை அனைவரும் உபயோகப்படுத்திக் கொள்ளலாம். தனி நபர் பாதை என்பது ஒரு தனி நபருக்குச் சொந்தமானது, அதனை அவரது அனுமதியின்றிப் பிறர் பயன்படுத்த முடியாது.

சில நேரங்களில் சில இடங்களுக்கு, இது போன்ற இரண்டு பாதைகளும் இருக்காது. அதாவது அந்த இடம் நான்கு பக்கமும் மற்றவர்களின் இடங்களால் சூழப்பட்டிருக்கும்.

இதனை நிலங்களால் மூடப்பட்ட இடம் (Land Locked Property) என்று சொல்வார்கள். இந்த இடத்திற்கு வேறு எந்தப் பாதையும் இல்லை என்பதனால், இடத்தின் உரிமையாளர் அருகில் உள்ள நிலத்தின் வழியாகச் சென்று கொள்ளலாம். அதாவது அந்தப் பக்கத்து இடத்தின் பட்டா வேறு ஒருவருக்குச் சொந்தமாய் இருந்தாலும் அந்த இடத்தில் பாதையை மட்டும் புழங்கிக் கொள்ளலாம்.

ஒருவேளை அந்தப் பக்கத்து இடத்துக்காரர் மறுத்தால், நீதிமன்றத்திற்குச் சென்று பாதைக்கு மட்டும் அந்தப் பக்கத்து நிலத்தைப் பயன்படுத்திக்கொள்ள உத்தரவு பெறலாம். இதற்கான சட்டத்தின் பெயர், வசதி உரிமைச் சட்டம் 1882 (Easement of Necessity).

இதனைத்தான் ஈஸ்மெண்ட் பாத்தியம் என்பார்கள். ஆனால் வங்கிகளும் நிதிநிறுவனங்களும் இதுபோன்ற மூடப்பட்ட இடங்களுக்குக் கடன் கொடுப்பதைத் தவிர்ப்பார்கள்.

நிலவியல் அல்லது பூஸ்துதி பாதை என்றால் என்ன?

நிலவியல் பாதை அல்லது நிலவியல் ஓடை போன்ற வகைகளை அ—பதிவேட்டில் காணலாம். பயன்பாட்டில் உள்ள ஒரு சாலை அல்லது ஓடை ஆகியவற்றினைத் தனியாகப் பிரித்து அதற்குத் தனி சர்வே எண் கொடுத்து இருப்பார்கள்.

ஒரு பெரிய சாலையைச் சென்று சேர, சில மண் வழிப்பாதைகளில் நாம் நடந்து போவது உண்டு. சில நேரம் அது தனியாரின் நிலத்தைக்கூட கடந்து போகும். இந்த வழிப்பாதைகள் எல்லாம் பல நெடுங்காலமாகப் புழக்கத்தில் இருந்திருக்கும். ஆனால் அவை தனியாகப் பிரிக்கப்பட்டு, அவற்றிக்கெனத் தனி சர்வே எண் கொடுக்கப்பட்டிருக்காது. இவற்றினைக் கிராமக் கணக்கில் நிலவியல் பாதை என்று காட்டி இருப்பார்கள். இதனை ஆக்கிரமிக்கக் கூடாது. எப்போது தேவைப்படுகிறதோ அப்போது அரசு, இந்த நிலத்தைக் கையகப்படுத்தி அதற்குத் தனி சர்வே எண் கொடுத்துச் சாலை அமைத்துவிடும்.

நாம் ஒருவேளை நிலவியல் பாதை உள்ள நிலத்தை வாங்கினாலும், பட்டா மாற்றம் செய்துகொண்டாலும் அந்தப் பாதைக்குரிய நிலப்பகுதி எப்போது வேண்டுமானாலும் அரசினால் கையகப்படுத்தப்படக்கூடும் எனத் தெரிந்துகொள்ளுங்கள். எனவே அ—பதிவேட்டில் நிலவியல்

பாதை உள்ளதா (முக்கியமாக தார்ச் சாலை ஓரங்களில் இடம் வாங்கும்போது) எனப் பார்த்து வாங்கவேண்டும்.

ஒருவேளை நிலவியல் பாதை உள்ள நிலத்தை வாங்க நேர்ந்தாலும், அந்த நிலப்பகுதிக்கேற்ப கிரையத் தொகையைக் குறைத்துக் கொடுங்கள். அந்த நிலவியல் பாதைப் பகுதியில் ஆக்கிரமிப்பு செய்யாதீர்கள்.

பத்திரம் தொலைந்து போனால் என்ன செய்வது?

நம்மிடம் ஓர் இடம் இருக்கிறது என்பதற்கான முதல் அத்தாட்சியே பத்திரம்தான். அது இருந்தால்தான் சொத்தை விற்கவோ அல்லது அடமானம் வைக்கவோ அல்லது வங்கிக்கடன் பெறவோ இயலும். எனவே பத்திரங்களை பாதுகாப்பாக வைத்துக்கொள்வது மிக அவசியம். ஒருவேளை சொத்துப் பத்திரம் எதிர்பாராத விதமாக தொலைந்துவிட்டாலோ அல்லது திருடப்பட்டு விட்டாலோ என்ன செய்வது என்று பார்த்துவிடலாம்.

1) உடனடியாக உங்கள் அருகில் உள்ள காவல் நிலையத்தில், ஒரு புகார் மனு கொடுங்கள். புகார் கொடுத்ததற்கான இரசீதை, காவல் ஆணையர் கையொப்பம் மற்றும் காவல் நிலைய முத்திரையுடன் பெற்றுக் கொள்ளுங்கள்.

2) உடனடியாக முதல் தகவல் அறிக்கை (FIR) பதிய மாட்டார்கள். மூன்று அல்லது நான்கு நாள்கள் அவர்கள் தேடிப்பார்த்து உங்கள் பத்திரம் கிடைக்கவில்லையெனில் முதல் தகவல் அறிக்கை பதிவு செய்வார்கள். அதன் நகலினைப் பெற்றுக் கொள்ளுங்கள்.

3) ஆங்கிலம் மற்றும் தமிழ் என இரண்டு செய்தித்தாள்களில் பத்திரம் காணாமல் போனது குறித்த அறிவிப்பை வெளியிடுங்கள்.

4) ஒரு நோட்டரி வழக்கறிஞரிடம் இருந்து உங்கள் பத்திரம் தொலைந்துவிட்டது என முத்திரைத்தாளில் உறுதிமொழிச் சான்று (Affidavit) பெற்றுக்கொள்ளுங்கள்.

5) தொலைந்த உங்கள் பத்திர எண்ணை வைத்து சார்பதிவாளர் அலுவலகத்தில் விண்ணப்பித்து உங்கள் பத்திரத்திற்கான சான்றிடப்பட்ட நகலினை (Certified Copy) வாங்கிக்கொள்ளுங்கள். (ஒரு வேளை பத்திர

எண் தெரியாவிட்டால் உங்கள் சர்வே எண்ணின் மூலம் பத்திரப்பதிவு இணையத்தளத்தில் ஒரு ஆன்லைன் வில்லங்கச் சான்றிதழ் எடுங்கள். அதில் உங்கள் பத்திர எண்ணை அறிந்து கொள்ளலாம்)

6) இப்போது மீண்டும் காவல் நிலையத்தை அணுகி, பத்திரத்தைக் கண்டுபிடிக்க இயலாததற்கான சான்றிதழை (Non Tracable Certificate) வாங்குங்கள்.

சான்றிடப்பட்ட நகல் ஆவணம், முதல் தகவல் அறிக்கை நகல், கண்டுபிடிக்க இயலாததற்கான சான்றிதழ், செய்தித்தாள் விளம்பரம் இவை அனைத்தையும் வைத்து உங்கள் சொத்தை விற்கவோ அல்லது அடமானம் வைக்கவோ இயலும்.

பத்திரத்தைத் தவறாக எழுதிவிட்டால் என்ன செய்வது?

ஒரு பத்திரத்தைப் பதிவு செய்யும் முன் அதில் உள்ள அனைத்து விவரங்களையும் ஒவ்வொரு வரியாக, ஒன்றுக்கு இரண்டு முறை வாசித்துச் சரிபார்த்து அதன் பின்னே பதிந்துகொள்வதுதான் நல்லது.

சிலவேளைகளில், யாரும் எதிர்பார்க்காமல் பத்திரங்களில் தவறு நேர்ந்துவிடுவது உண்டு. இதுபோன்ற சமயங்களில் இடத்தை விற்ற நபரிடம் இருந்து ஒரு சீர்திருத்தப் பத்திரம் எழுதி வாங்கிக்கொள்ளலாம். அந்தச் சீர்திருத்தப் பத்திரத்தில், முன் பத்திரத்தில் என்ன தவறு இருந்தது, அது இப்போது எப்படி சரிசெய்யப்பட்டுள்ளது என்ற விவரங்கள் இருக்கும்.

சொத்தின் மதிப்பில் மாறுதல் இல்லாதவரை இதற்கு மிகக் குறைந்த கட்டணமே வசூலிக்கப்படும்.

பண்ணை வீடு (Farm House) அல்லது இடம் வாங்கலாமா?

இப்போது இது புதிதாகக் கிளப்பி விடப்பட்டிருக்கும் ஒரு கலாச்சாரம். ஒரு சென்ட் 30 ஆயிரத்தில் இருந்து நாற்பது ஆயிரத்திற்குள் விலை என ஐந்து சென்ட் அல்லது பத்து சென்ட்டுக்குத் தென்னந்தோப்பு வாங்கிக்கொள்ளலாம் என்று விற்கின்றார்கள்.

உண்மையில் இது பெரிய ஏமாற்று வேலைதான் பத்து முதல் பதினைந்து லட்சம் செலவு செய்து 30 சென்ட் நிலம் வாங்குகின்றார்கள். முப்பது சென்ட் நிலத்தில் 10 தென்னை மரம்கூட கிடைக்காது. இதிலிருந்து என்ன வருமானம் கிடைக்கும்? இதனை முறையாய்ப் பராமரிக்கும் செலவை யோசித்தாலே போதும், இந்த இடத்தை வாங்கமாட்டோம்.

ஏக்கர் இருபது லட்சத்திற்கு மேல் வாங்கி இருக்க மாட்டார்கள். ஏக்கர் இருபது லட்சம் என்றால் சென்ட் ரூபாய் *20000*தான். ஆனால் ரூபாய் *50000* சென்ட் என்பார்கள். எவ்வளவு லாபத்திற்கு விற்கின்றார்கள் எனப்பார்த்துக் கொள்ளுங்கள்.

தென்னந்தோப்பு, மாந்தோப்பு, விவசாய நிலம் என வாங்க வேண்டும் என்று நினைத்தால் குறைந்த பட்சம் ஒரு ஏக்கராவது வாங்கி விவசாயம் செய்வதே சரியானது. *20* சென்ட் *25* சென்ட் என்று வாங்குவது சிறப்பாய் இருக்காது. திரும்ப விற்கவும் இயலாது.

17. எப்படியெல்லாம் ஏமாறலாம்?

இந்தப் புத்தகத்தை ஆரம்பிக்கும்போதே சொன்னதுபோல, இந்தப் புத்தகத்தில் நாம் பகிர்ந்துகொண்ட அத்தனை விஷயங்களும், கடின உழைப்பில் நமக்குக் கிடைத்த பணத்தை எந்த விதத்திலும் ஏமாந்துவிடாமல் முதலீடு செய்யவேண்டும் என்பதுதான். இங்கே நாம் தெரிந்துகொண்ட விஷயங்களில் எது நமக்குத் தெரியாமல் போனாலும், நிச்சயம் நாம் ஏமாற்றப்பட வாய்ப்புகள் உள்ளன.

கிட்டத்தட்ட இந்தப்புத்தகத்தின் இறுதிப் பக்கத்திற்கு வந்துவிட்டோம். இந்த அத்தியாயத்தில் நாம் எப்படியெல்லாம் ஏமாற்றப்படலாம் என்பதனைப் பார்த்து விடலாம். இவை எல்லாம் இதற்கு முன்னால் உள்ள பக்கங்களில் கற்றுக் கொண்டவற்றின் அடிப்படையில் சொல்லப்படும் விஷயங்கள்தான். நாம் கற்ற விஷயங்களை ஒருமுறை திரும்பிப் பார்ப்பது போலத்தான் இருக்கும்.

1) நாம் ஏமாறும் முதலாவது விஷயம் விலைதான். மிகக்குறைவான விலையுள்ள இடத்தை ஒரு செயற்கைத் தட்டுப்பாட்டையும், அவசரத்தையும் ஏற்படுத்தி நமது தலையில் கட்டப் பார்ப்பார்கள். வேறு ஒருத்தர் அட்வான்ஸ் கொடுக்க தயாரா இருக்கார், வேணும்னா இன்னைக்கே முடிவு சொல்லுங்க. நாளைக்கெல்லாம் இது கிடைக்காது என்று அவசரப்படுத்துவார்கள். எந்தச் சூழலிலும் அவசரப்படாமல் நிதானமாய் யோசித்துச் செயல்படுங்கள்.

2) பக்கத்துல பேருந்து நிலையம் வரப்போகிறது, விமான நிலையம் வரப்போகிறது. அதனால் விலை ரெண்டு மடங்கு ஏறும், மூன்று மடங்கு ஏறும் என்பார்கள். நம்பவே கூடாது, அக்கம் பக்கத்தில் அல்லது சம்பந்தப்பட்ட இடங்களில் நன்கு விசாரித்து முடிவெடுக்கவேண்டும்.

3) சில நேரங்களில் பத்திரத்தில் உள்ளதைவிட இடத்தின் அளவு குறைவாய் இருக்கும். எனவே இடத்தை அளந்து பார்த்துச் சரியாய் இருக்கிறதா, அக்கம்பக்கத்து வீட்டுக்காரரர்கள் ஆக்கிரமித்து உள்ளார்களா என்பதனைப் பார்த்துக்கொள்ள வேண்டும். பத்திரத்தில் உள்ளதே என நம்பி ஏமாந்து விடக்கூடாது.

4) வாங்கப்போகும் இடம் குறித்த எதிர்மறைத் தகவல்களை மறைத்து விற்றுவிடவும் கூடும்.

5) போலி லே அவுட் அனுமதி கொடுத்து ஏமாற்றும் வேலைகளும் நடக்கக்கூடும் என்பதால் கவனமாய் இருக்க வேண்டும்.

6) சில ஏமாற்றுப் பேர்வழிகள் நம்மிடம் ஒரு பத்திரத்தைக் கொடுத்துவிட்டு வேறோர் இடத்தைக் காண்பிப்பார்கள். பத்திரத்தில் உள்ள இடம் எங்கோ காட்டுக்குள் இருக்கும். நமக்குக் காட்டும் இடமோ வளர்ந்த பகுதியில் இருக்கும். நாமும் ஏமாந்து வாங்கிவிடுவோம். எனவே பத்திரத்தில் உள்ள நான்கு பக்க எல்லைகள், அளவு போன்ற விஷயங்களையும், மனைப்பிரிவு வரைபடம் போன்றவற்றை வைத்தும் பத்திரத்தில் உள்ள இடம்தான் அந்த இடமா என்பதனை உறுதி செய்து கொள்ள வேண்டும். உங்களுக்குத் தெரியாவிட்டால், ஏதேனும் ஒரு பொறியாளர் அல்லது கிராம நிர்வாக அதிகாரி மூலமாக இடத்தை உறுதி செய்வது அவசியம்.

7) அதேபோல நமக்குக் காட்டிய பத்திரத்தில் உள்ள சொத்து விவரம்தான் நாம் பதிவுசெய்யும் கிரையப் பத்திரத்தில் உள்ளது என்பதனையும் உறுதிசெய்து கொள்ளவேண்டும். அப்படி ஏமாந்த சிலரையும் நான் பார்த்துள்ளேன்.

8) கொடுக்கும் ஆவணங்கள் (பத்திரம், பட்டா) அனைத்தும் உண்மையானவையா அல்லது போலியா

எனப் பார்த்தல் அவசியம். போலி ஆவணங்களைக் கொடுத்து ஏமாற்றும் வேலையும் நடக்கும். இறப்புச் சான்றிதழ், வாரிசுச் சான்றிதழ் போன்றவற்றில் அதிகமான கோல்மால் நடக்கும். எச்சரிக்கை அவசியம்.

9) பஞ்சமி நிலம், பூமிதான நிலம், பில் நிலம், கோவில் மானிய நிலம் போன்றவற்றை மறைத்து, அந்த இடத்தை நம் தலையில் கட்டி விடுவார்கள். இதனையும் மனதில் வைத்துக்கொள்ளவேண்டும்.

10) பத்திரம் எழுதும்பொழுது முழுவதுமாய் படித்துப்பாருங்கள். சொத்தின் முழு உரிமையும் உங்களுக்குக் கிடைப்பது போல எழுதப்பட்டுள்ளதா என்பதனை உறுதி செய்யுங்கள். வேறு ஏதேனும் மறைமுக விதிகள் இடப்பட்டுள்ளதா என்பதனையும் உறுதி செய்து கொள்ளவும்.

11) பத்திரங்களுக்கான கட்டணம், பதிவுக்கட்டணம், எழுதுபவர் கூலி என ஒவ்வொன்றுக்கும் எவ்வளவு தொகை எனத் தனித் தனியாகக் கேட்டு அறிந்து கொள்ளுங்கள். மொத்தமாகக் கொடுக்கும்போது அதிகமான தொகையை வாங்கிவிடுவதும் உண்டு.

இந்த விஷயங்களையெல்லாம் நினைவில் இருத்திக்கொள்ளுங்கள். இவை தவிர இன்னும் பல புதிது புதிதான முறைகளிலும் நம்மை ஏமாற்ற வருவார்கள். ஏமாறாமல் இருப்பது நமது சாமர்த்தியம்.

18. இடம் வாங்கப் போகிறீர்களா? ஒரு நிமிடம்...

முறைப்படி, முறையான இடத்தில், முறையான வகையில் வாங்கப்பட்டிருந்தால், இடம் என்பது ஓர் அருமையான முதலீடு. ஓர் இடம் வாங்க வேண்டும் என்று நீங்கள் விருப்பப்பட்டால், அது குறித்த அனைத்து அடிப்படைத்தகவல்களும் உங்களுக்குத் தெரியவேண்டும் என்பதுதான் இந்தப் புத்தகத்தின் நோக்கம். அது போலவே இப்போது உங்களுக்கு, நிலம் வாங்குவது தொடர்பான அனைத்து அடிப்படைத் தகவல்களும் முழுமையாகப் புரிந்திருக்கும் என நம்புகிறேன். இதனை அடிப்படையாகக்கொண்டு இன்னும் உங்கள் தேடலை விரிவு செய்யுங்கள்.

பெரும் பணம் நடமாடும் வியாபாரம் இது என்பதால், கொஞ்சமே கொஞ்சம் அசந்தாலும் நீங்கள் ஏமாற்றப்படுவீர்கள். நீங்கள் கஷ்டப்பட்டுச் சம்பாதித்த பணம் கானலாய்ப் போகும். அதுபோலவே எவ்வளவுதான் விழிப்புடன் இருந்தாலும் ஏமாற்றப்படுவதற்கு வாய்ப்புகள் அதிகம். ஆதலால் கவனமாய் இருங்கள்.

ஓர் இடம் வாங்கும்போது என்னென்ன செய்யவேண்டும் என்பதற்கான சுருக்கமான சோதனைப் பட்டியல் கீழே உள்ளது.

- ✓ வில்லங்கச் சான்றிதழ் (முடிந்தவரை 1950லிருந்து) பார்த்தாயிற்று.
- ✓ நிலத்தின் ஆவணங்கள் அனைத்தையும் சரிபார்த்தாயிற்று.
- ✓ அசல் ஆவணங்கள் எவையெல்லாம் தேவையோ அவையெல்லாம் இருப்பது உறுதி செய்யப்பட்டாயிற்று.
- ✓ பட்டா, சிட்டா போன்றவை சரிபார்த்தாயிற்று.
- ✓ நிலத்தைக் குறித்தும், விலையைக் குறித்தும் அக்கம் பக்கம் விசாரித்துச் சரிபார்த்தாயிற்று.
- ✓ டி.டி.சி.பி. போன்ற அனுமதிகளைச் சரிபார்த்தாயிற்று.
- ✓ வரி நிலுவைகள், வழக்கு நிலுவைகள் இல்லையென உறுதி செய்தாயிற்று.
- ✓ தயார் செய்த கிரையப் பத்திரம் முழுதும் பிழையின்றி இருப்பதனை உறுதி செய்தாயிற்று.
- ✓ என்னென்ன அசல் பத்திரங்கள், பட்டா மற்ற ஆவணங்கள் (அசல் அல்லது நகல்) தேவையோ அது எல்லாவற்றையும் வாங்கியாயிற்று.

மேற்சொன்ன அனைத்து விஷயங்களையும் சரிபாருங்கள். என்னென்ன விஷயங்கள் சரிசெய்யப்படவேண்டுமோ அத்தனையும் சரி செய்து தரச் சொல்லுங்கள். 100க்கு 100 மேலே சொன்ன பட்டியல் திருப்தி கிடைத்தால் மட்டுமே பத்திரப்பதிவு செய்யுங்கள். இடத்திற்கான பணத்தைக் கொடுங்கள்.

ஒன்று மட்டும் நினைவில் வைத்துக்கொள்ளுங்கள். பணத்தைக் கொடுத்து விட்டால், இடத்தை விற்றவர்களை மீண்டும் பிடிப்பது கஷ்டம்தான். இடத்தைப் பதிவு செய்துவிட்டால், அதன்பின் அது உங்களுக்கானது. அதில் ஏதேனும் பிரச்சினை வந்தால் அதுவும் உங்களுக்கானது. ஆகையால் எந்தச் சூழலிலும் தும்பை விட்டு வாலைப் பிடிக்காதீர்கள்.

எனவே எச்சரிக்கையுடன் இருங்கள். நல்ல இடங்களில் முதலீடு செய்யுங்கள். நிறையச் சொத்துக்கள் வாங்கி வளமுடன் வாழ வாழ்த்துகள்!